എന്നെ തൊട്ട മണം

Bodhi Books
Nedumpana PO, Kannanalloor
Kollam - 691576, Kerala, India
E-mail: bodhibooks03@gmail.com
Tel: +91 9447304886

ENNE THOTTA MANAM
By Shaiju Lakshmi Parva
Stories / Malayalam

First Published: May, 2025
Second Edition: July, 2025

Typesetting: Bodhi Books
Cover & Book Design:
Chembarathi Creatives

ISBN: 978-81-19770-60-1

Production No. B-B-192-2-100-7-25

Printed and bound in India by
Repro Mumbai

എന്നെ തൊട്ട മണം

കഥകൾ

ഷൈജു ലക്ഷ്മി പാർവ

ബോധി ബുക്സ്
കൊല്ലം - 691 576

ഷൈജു എസ്.

അധ്യാപകരായ ശ്രീമതി സുശീലാമ്മയുടെയും ശ്രീ. എൻ. ഷണ്മുഖന്റെയും മകനായി 1981 കോഴിക്കോട് ജനനം. തെന്നില ഗവൺമെന്റ് എൽ.പി.എസ്., ശൂരനാട് ഗവൺമെന്റ് ഹൈസ്കൂൾ എന്നിവിടങ്ങളിൽ സ്കൂൾ വിദ്യാഭ്യാസം പൂർത്തിയാക്കി. തുടർന്ന് ശാസ്താംകോട്ട ദേവസ്വം ബോർഡ് കോളേജിൽ നിന്നും ഗണിതത്തിൽ ബിരുദവും ബിരുദാനന്തര ബിരുദവും കൊട്ടാരക്കര മാർ ബസേലിയോസ് കോളേജിൽ B.Ed ഉം ഏറ്റുമാനൂർ മംഗളം കോളേജിൽ നിന്നും M.Ed.ഉം പൂർത്തിയാക്കി. തുടർന്ന് പൂച്ചാക്കൽ ശ്രീനാരായണ B.Ed. Training കോളേജിൽ Mathematics Education അധ്യാപകനായും ശേഷം പോരുവഴി മന്നം മെമ്മോറിയൽ (Mannam Foundation Centre for Education Technology) B.Ed. കോളേജിൽ ഫിലോസഫി അദ്ധ്യാപകനായും സേവനമനുഷ്ടിച്ചു. 2008 ൽ SBTയിൽ ജോലിയിൽ പ്രവേശിച്ചു. സ്കൂൾ നാടകങ്ങളിൽ പങ്കെടുത്തിട്ടുണ്ടെങ്കിലും B.Ed.പഠന കാലയളവിലെ സ്കിറ്റുകളുടെ രചനയും അഭിനയവും എഴുത്തിന് അടിത്തറയിട്ടു. 2018 ൽ നടന്ന ഒരു ക്രിക്കറ്റ് ടൂർണമെന്റിൽ പങ്കെടുക്കാൻ പോയി കളിക്കാൻ സാധിക്കാതെ വന്നതിന്റെ നിരാശയിൽ നിന്നും 'ബൗളിംഗ് ബൗളിംഗ് 'എന്ന കഥയിലൂടെ കഥയെഴുത്തിന് തുടക്കം...

എന്നെ തൊട്ട മണം ആദ്യ കൃതി.

ഭാര്യ: ശ്രീലക്ഷ്മി എസ്.ജെ. (പോസ്റ്റൽ അസിസ്റ്റന്റ്)

മക്കൾ: പാർവതി എസ്. (ആറാം ക്ലാസ്)

പാർവണ എസ്. (എൽ.കെ.ജി.)

സഹോദരൻ: ഷൈൻ എസ്. (കവി, JHI)

വിലാസം: ഷൈജു കോട്ടേജ്, പുലിക്കുളം, പാറക്കടവ് പി ഒ
ശൂരനാട് നോർത്ത്, കൊല്ലം-690561
ഫോൺ: 9495539668

പ്രസാധകക്കുറിപ്പ്

ആഖ്യാനത്തിന്റെ ബലതന്ത്രത്താൽ ശ്രദ്ധേയമായ കഥകളാണ് എന്നെ തൊട്ട മണം എന്ന ഈ സമാഹാരത്തിലുള്ളത്. ഭാഷയ്ക്കുള്ളിൽ സൃഷ്ടിക്കപ്പെടുന്ന മറുഭാഷയുടെ ലാവണ്യം കൊണ്ട് അനുഗ്രഹീതമാണ് ഇതിലെ ഒരോ കഥകളും. ഷൈജു ലക്ഷ്മിപാർവയാണ് രചയിതാവ്. മർമ്മവേധിയായ നർമ്മം ഈ കഥകളുടെ അടിപ്പടവായി വർത്തിക്കുന്നു. മലയാള ഭാഷയ്ക്കും സാഹിത്യത്തിനും ഈ കഥകൾ മുതൽക്കൂട്ടാകുമെന്നതിന് സംശയമില്ല. വശ്യ സുന്ദരമായ വായനാനുഭവം നൽകാൻ പുസ്തകത്തിനു കഴിയുന്നുണ്ട്. അഭിമാനത്തോടെ ബോധിബുക്സ് പുസ്തകം കൈരളിക്കു സമർപ്പിക്കുന്നു.

ആമുഖം

ഒരിക്കൽ മാത്രം കഥയെഴുത്ത് മത്സരത്തിൽ പങ്കെടുത്ത് സമ്മാനം നേടാനാവാതെ പോയതോർക്കുന്നു. കഥയെഴുത്തിനെ കുറിച്ച് പിന്നീടൊരിക്കലും ചിന്തയിൽ എവിടെയും ഒരു മിന്നായം പോലെയോ ഒരു വെളിപാട് പോലെയോ പോലും ഒന്നും പിന്നീട് സംഭവിച്ചതേയില്ല. കാലം കൽപ്പിച്ചു നൽകിയ ഉത്തരവാദിത്വങ്ങളുടെയും കടമകളുടെയും ലോകത്ത് നീ ആരാണ് 'എന്ന് സ്വയം ചോദിക്കാൻ പോലും തരിശു വീണുപോയ കുറച്ചു കാലം...

കാലങ്ങൾക്കിപ്പുറം എന്റെ കഥകൾ ഒരു പുസ്തകമാകുമ്പോൾ നന്ദിയും കടപ്പാടും പറച്ചിൽ ആരിൽ നിന്നും എവിടെ നിന്നും തുടങ്ങണം എന്ന് പോലും എനിക്കറിയില്ല.

സുശീല ചേച്ചി (എന്റെ അമ്മ) കുട്ടിക്കാലംതൊട്ട് സിനിമകൾ കണ്ടിട്ട് വന്ന് ഞങ്ങൾക്ക് അവയുടെ കഥ പറഞ്ഞു തരും... സിനിമയിൽ കാണുന്നതിലും മനോഹരമായി... ഞങ്ങളൊക്കെ അത് കേട്ട് ശരിക്കും കരഞ്ഞിട്ടുണ്ട്. അത്രയ്ക്ക് രസമാ ചേച്ചി പറയുന്നത് കേൾക്കാൻ.. അതുപോലെ തന്നെ വായിച്ച കഥകളും. കുമാരിച്ചിറ്റ എപ്പോ കണ്ടാലും ഇതുതന്നെ പറയും. എന്റെ അമ്മ പറഞ്ഞു തന്നിട്ടുള്ള കഥകൾ തന്നെയാവും എന്റെ എഴുത്തിന്റെ ആദ്യ വിത്ത്. അമ്മയുടെ ഭാവനകൾ തന്നെയാവും അതിന്റെ ഇലകളും തടിയും പഴങ്ങളും. ഞങ്ങൾക്ക് വേണ്ടി ജീവിതത്തിൽ ഭൂമിയോളം ക്ഷമിച്ച് എല്ലാം തണലുകളും തരുന്ന അമ്മയ്ക്ക്.

ജോലിത്തിരക്കിലും സംഘടനാ പ്രവർത്തനത്തിലും കടുത്ത വേദനകളിലും എല്ലാം മാറ്റിവെച്ച് എന്റെ ഓരോ കഥയും വരുമ്പോൾ വായിച്ച്, സ്നേഹത്തോടെ എപ്പോഴും മുഖത്തുള്ള ആ പുഞ്ചിരിയോടെ എന്നെ ചേർത്തുനിർത്തി പ്രോത്സാഹിപ്പിച്ചിട്ടുള്ള എന്റെ സുജാമ്മയ്ക്ക്...

ആദ്യ കഥയ്ക്ക് ശേഷം ഇനി എഴുതാൻ അറിയില്ലെന്ന് പറഞ്ഞ എന്നെ പ്രോത്സാഹിപ്പിച്ച്, എഴുതാനുള്ള അന്തരീക്ഷം

ഒരുക്കിയ, കഥകൾ എഴുതിച്ച ലക്ഷ്മിക്ക്..പാർവതിക്ക്.. പാർവണക്ക്. (ലക്ഷ്മിപാർവയ്ക്ക്)

കഥകൾ വായിച്ച് പ്രോത്സാഹിപ്പിച്ചവർക്ക്... വിമർശിച്ചവർക്ക്... നിർദ്ദേശങ്ങൾ നൽകിയവർക്ക്... ഈ പഞ്ചായത്തിൽ എന്താണ് നടക്കുന്നതെന്ന് നോക്കുക പോലും ചെയ്യാതെ അടുത്ത പഞ്ചായത്തിൽ നിന്ന് കല്ലെടുത്ത് എറിഞ്ഞവർക്ക്...

ഗുരുക്കന്മാർക്ക്.., അച്ഛന്.. ചേട്ടന്.., ചേട്ടത്തിക്ക്... എന്റെ സ്നേഹിതർക്ക്... സഹപ്രവർത്തകർക്ക്..

എന്റെ പ്രണയിനികൾക്ക്...

എവിടെയൊക്കെയോ ചിതറിത്തെറിച്ച് പറന്നുപോകുമായിരുന്ന കഥകളെ ഒരു പുസ്തകമാക്കാൻ പ്രസാധകനെ കണ്ടെത്തുന്നത് മുതൽ എല്ലാ സഹായങ്ങളും ചെയ്തുതന്ന..

എന്റെ ഓരോ കഥയും വായിച്ച് പ്രോത്സാഹിപ്പിച്ച...

പുസ്തകത്തിന് മനോഹരമായ ആമുഖം എഴുതിയ...

ഈ ഗ്രന്ഥ പ്രസാധനമെന്ന സ്വപ്നം സാക്ഷാത്കരിക്കുന്നതിന് നിദാനമായ ഞങ്ങളുടെ ഗോപിമാമന് (ഡോ. ആർ ഗോപിനാഥൻ, റൈറ്റർ, ക്രിട്ടിക് ആക്ടിവിസ്റ്റ്...)

പുസ്തകത്തിനു മനോഹരമായ കവർ പേജ് ഒരുക്കി തന്ന പ്രിയ സഹപ്രവർത്തകൻ ശ്രീ ആനന്ദ് ചിൻമയിക്ക്...

നന്ദി...

പുസ്തകം ഇത്രയും മനോഹരമായി പ്രസിദ്ധീകരിച്ച ബോധി ബുക്സിനോടും അതിനു പിന്നിൽ പ്രവർത്തിച്ച ചെമ്പരത്തി ക്രിയേറ്റിവ്സിനോടുമുള്ള കൃതജ്ഞത കൂടി ഇവിടെ രേഖപ്പെടുത്തുന്നു.

എസ്സ്. ഷൈജു

നിങ്ങളെ തേടി വന്ന നിങ്ങൾ..!

കഥ എന്ന വാക്കിന് പറച്ചിൽ എന്നാണർത്ഥം. അതായത്, പറയുന്നതാണ് കഥ. ഒരു കഥ പറയുമ്പോൾ അത് കേൾക്കാൻ ഏറ്റവും കുറഞ്ഞത് ഒരാളെങ്കിലുമു ണ്ടാകും. കഥ എഴുതുമ്പോൾ അത് വായിക്കാൻ ആരെങ്കിലുമുണ്ടാകും. അതുകൊണ്ട് തന്നെ കഥ പറയുകയാണെങ്കിലും എഴുതുകയാണെങ്കിലും അതിന് ഒരു ആലങ്കാരികത വന്നു ചേരുന്നു. പറയുന്നയാൾ കേൾക്കുന്ന യാളെ തന്റെ കഥാഖ്യാനതയുടെ അലങ്കാരത്തിലൂടെ ആകർഷി ക്കാൻ ആഗ്രഹിക്കും. അപ്പോൾ അതൊരു നിർമ്മിതി യാകുന്നു വെന്നർത്ഥം.. അതിന്റെ പിന്നിൽ ഒരു നിർമ്മാതാവുണ്ട്. നിർമ്മാ ണപര മായ ഒരു ശ്രമവും അതിനായി അയാളൊരുക്കുന്ന സ്വ കാര്യതയുടെ ഒരന്തരീക്ഷവുമുണ്ട്. അതായത്, കഥാകൃത്ത് ഒരു ലോകം തന്റേതായി രൂപപ്പെടുത്തുന്നുണ്ട്. അതല്ലാതെ, ഖഡ്ഗം എന്ന കഥയിൽ കാണുന്ന വിധത്തിൽ, മറ്റെന്തെങ്കിലും ആവശ്യ ത്തിന് വന്ന വഴിക്ക് ഒരു സുഹൃത്തിന്റെയൊ. ബന്ധുവിന്റെയൊ താമസസ്ഥലത്ത് യാദൃച്ഛികമായി കടന്നു ചെന്ന്, തന്റെ വിശപ്പും ദാഹവും ശമിപ്പിക്കാമെന്ന് കരുതുന്ന ഒരു അതിഥിയല്ല കഥാ രചന. അത്, മദ്യപിച്ച് നിലവിട്ട് വാളുവയ്ക്കുന്ന ഒരു സന്ദർശ നവുമല്ല. കഥയെന്ന സാഹിത്യരൂപം മഴയും വെയിലും പോലെ മനുഷ്യജീവിതത്തിലേയ്ക്ക് എത്തിച്ചേരുന്ന ഒരു ഋജുരേഖയല്ല. അത് ജീവിതത്തിന്റെ ഊടുപാടുകളിലൂടെ വീശുന്ന കാറ്റാണ്. ഇതൊരു പൊതുതത്വമാണ്. ഒരു കഥ പറയാൻ, അല്ലെങ്കിലെഴു താൻ, ഒരു കഥയും അതിനെപ്പേറാൻ തനത് ഭാഷയും വേണം. ഇവ ഏതൊരു ജീവതത്തിലുമുണ്ട്. കാരണം ജീവിതം ഒരു കഥ യുമാണ്. ഓരോ ജീവിതവും ഓരോ കഥ കൂടി ചേർന്നതായതി നാലാണ് പഞ്ചതന്ത്രകഥക ളുണ്ടായത്. മനുഷ്യ ഭാഷ സംസാരി ക്കാത്ത ജീവികളെല്ലാം മനുഷ്യരുടെ ഗുരുക്ക ളായത്; ആ ജീവി കളുടെ ലഘുത്വം ഗുരുത്വത്തിലേയ്ക്ക് വളർന്നത്. അത്തരം ഒരു ഇണപ്പക്ഷിയുടെ നേർക്ക് അമ്പെയ്ത കാട്ടാളത്വത്തിന് നേരേ

അരുത് എന്ന നിഷേധമുയർന്നതും കഥ ജീവിതത്തെപ്പറ്റി പഠിപ്പിക്കുന്നതുകൊണ്ടാണ്.

എന്റെ കൈയിലിരിക്കുന്ന കഥകളുടെ കൂട്ടത്തിന് ഇപ്പോൾ ഒരു പേരില്ല. ഇനി ഉണ്ടായേക്കാം. എങ്കിലും യഥാർഥത്തിൽ കഥകൾക്ക് പോലും പേര് ഒരു അനിവാര്യതയല്ല. പേര് തിരിച്ചറിയാനുള്ള അടയാളമാണ് . അടയാളമില്ലെങ്കിലും ആളുകൾക്ക് ജീവിക്കാം. ഈ സമാഹാരത്തിലെ കഥകൾ പറഞ്ഞ ഷൈജു പക്ഷേ, ഇതൊന്നും ചെയ്യുന്നില്ല എന്ന് ഞാൻ പറയുമായിരുന്നു, വള്ളി, ദാഹം, മാണിക്യം, നിള . അപ്പൂപ്പൻ താടി, ബെൽ, ബൗളിങ് ബൗളിങ് എന്നീ കഥകൾ ഇക്കൂട്ടത്തിൽ ഇല്ലായിരുന്നുവെങ്കിൽ. ആ കഥകളുടെയും പറച്ചിൽ ഷൈജുവിന്റെ വിരലടയാളമുള്ള ശൈലി യിലാണെങ്കിലും അവ ജീവിതത്തിന്റെ സാർത്ഥകതയെക്കൂടി തൊട്ടു നോക്കുന്നുണ്ട്. ചുരുക്കത്തിൽ, ഷൈജു ലക്ഷ്മി പാർവ എന്ന നാമത്തിൽ കാണുന്നതുപോലെയുള്ള ഒരു ദ്വൈതാതീതഭാവമുള്ള - മൂന്ന് തരം കഥകളുടെ സമാഹാരമാണിത്. ഒറ്റനോട്ടത്തിൽ ഒരു പോലെയാണെങ്കിലും വായിച്ചു തീരുമ്പോൾ മറ്റു കഥകൾ പോലെ ഒരടക്കിച്ചിരിയുടെ നിർമ്മമത്വത്തിൽ മേൽ പറഞ്ഞ കഥകൾ അവസാനിക്കുന്നില്ല. വേദനയെ സാന്ദ്രമായ ആത്മഹാസത്തിൽ കെട്ടിയിടുമ്പോൾ ഒരു നേരിയ വിഷാദത്തിന്റെ തന്തികൾ അല്ലെങ്കിൽ വിഭ്രമത്തിന്റെ മലരികൾ അവയെ ഇതര കഥകളിൽ നിന്ന് വേർതിരിക്കുന്നു.

മലയാള ഭാഷയിലെ ചെറുകഥകൾ ആരെഴുതിയതായാലും, ഒരു തച്ചിൽ വാർന്നു വീണവയാണെന്ന് പറഞ്ഞാൽ കഥാകൃത്തുക്കൾ ഒഴികെയുള്ള വായനക്കാർ യോജിക്കാതിരിക്കില്ല. പക്ഷേ, എല്ലാ കഥകളെയും ഈ പ്രസ്താവത്തിൽ തളച്ചിടാനാകില്ല. കാരണം, വൈക്കം മുഹമ്മദ് ബഷീറും കോവിലനും വി.കെ. എന്നും ടി. പദ്മനാഭനും പട്ടത്തുവിളകരുണാകരനും എം.സുകുമാരനും പി.കെ.നാണുവും എഴുതിയ കഥകൾ ഇവിടെയുണ്ട്. പൊൻകുന്നം വർക്കിയും കഥകളെഴുതിയിട്ടുണ്ട്. പക്ഷേ, ഭിന്ന രുചിക്കാരായ വായനക്കാർക്ക് അവരുടെ ഭാവുകത്വത്തിന്റെ കാൽപ്പനികാനുഭവങ്ങളെ സ്പർശിക്കുന്ന രചനകളായി മറ്റ് എണ്ണമറ്റ കഥകൾ ആവശ്യമുണ്ട്. അഭിരുചിയുടെ വിതാനങ്ങൾ ഒരിക്കലും ഉയർന്നതുമാത്രമായിരിക്കണമെന്ന് നിർബന്ധം പിടിക്കാനാകില്ല. വായന ഒരു സ്വാതന്ത്ര്യ പ്രഖ്യാപ

നമാണ്. കഥാകൃത്തിന് തന്റെ കഥയെഴുതാം; വായനക്കാർക്ക് അവരവരുടെ കഥകളായി അവയെ വായിക്കാം.എഴുതിക്കിട്ടിയതു മാത്രമല്ല, എഴുതാപ്പുറവും വായിക്കുന്നതിനാണ് വായന കഥയെ ആശ്രയിക്കുന്നത്. നിങ്ങൾ നിങ്ങളെ എഴുതിക്കൊള്ളൂ; ഞങ്ങൾ ഞങ്ങളെ വായിച്ചു കൊള്ളാം, ഇതാണ് സാഹിത്യ ദർശനത്തിന്റെ സന്ദേശം. ഇതൊക്കെ ഒരു എഴുത്താളിയുടെ പ്രശ്നങ്ങൾ മാത്രമാണ്. ഷൈജു കഥാകൃത്താനാകാനായി എഴുതിയ കഥകളാണ് ഞാൻ വായിക്കുന്നതെന്ന് എനിക്ക്തോന്നുന്നില്ല. ഈ കഥകൾ എന്നെ വലിച്ചടുപ്പിക്കുന്നത് വൈക്കം മുഹമ്മദ് ബഷീറിന്റെ പരിസരങ്ങളിലേയ്ക്കാണ്. ബഷീർ വെളിച്ചത്തിനെന്തൊരു വെളിച്ചം എന്ന് അദ്ഭുതം കൂറിയവനാണ്. പാലിന് വില കൂട്ടിയത് പുല്ലിന് വില കൂടിയതിനാലാണെന്നും പുല്ലിന് വില കൂടിയത് യുദ്ധം മൂലമാണെന്നും പാൽക്കാരിക്കുട്ടി പറയുമ്പോൾ അതിനെക്കാൾ കുട്ടിത്തത്തോടെ ബഷീർ - യുദ്ധത്തിലും പങ്കെടുത്തിട്ടുള്ള ബഷീർ - ചോദിക്കുന്നത് യുദ്ധത്തിനെന്തിനാ പുല്ല് എന്നാണ്. കഥ പറയുന്നത് ഒരു കുട്ടിയാണ്. ബഷീർ അങ്ങനെ ഒരു കുട്ടിയാണ്. ആ കുട്ടിയെ ഞാൻ ഈ കഥകളിലും കാണുന്നു. ഷൈജുവിൽ ഒരു കുട്ടി കണ്ണ് മിഴിച്ചി രുന്ന് തന്നെയും തന്റെ പരിസരത്തെയും കണ്ട് ചിരിക്കുന്നു. കുട്ടി മനുഷ്യന്റെ പിതാവാണെന്ന രഹസ്യം പറഞ്ഞ വേഡ്സ്വർത്ത് ആരുമറിയാതെ ഈ കഥകളിൽ ഒളിച്ചിരി ക്കുന്നു. ആ കാഴ്ചകൾ ഒരു ഭാഷയായി രൂപപ്പെടുകയും ചെയ്യുന്നു. ഒരു ചിരിയുടെ പ്രകാശത്തിലല്ലാതെ ഈ കുട്ടിക്ക് ഒന്നും കാണാനാകില്ല. കാഴ്ചയുടെ ശബ്ദമാണ് നാം കേൾക്കുന്നത്. എഴുത്ത് പറച്ചിലായി മാറ്റിയിരിക്കുന്നു. താൻ കഥ എഴുതുകയൊ, പറയുകയൊ ചെയ്യുകയാണെന്ന് ഈ കഥാകൃത്തിന് നമ്മൾ പറഞ്ഞുകൊടുക്കണം.

ഞാൻ തുടക്കത്തിൽ സൂചിപ്പിച്ചതാണ് മൂന്നു തരം കഥകളിലൂടെ വായന കടന്നു പോകുന്നുവെന്ന്. മുപ്പത്തിയൊന്ന് കുറുംകഥകളാണ് ഈ ഗ്രന്ഥത്തിന്റെ ഉള്ളടക്കം. എല്ലാത്തിലും ഒരു ഇരയുണ്ട്. അത് കഥാകൃത്ത് തന്നെയാണ്. പൊതുവിൽ ഈ കുറിയ കഥകളിൽ പാത്തുമ്മയുടെ ആട് എന്ന ബഷീറിന്റെ ആത്മഹാസ്യം കലർന്ന ചിരിയുടെ ഗന്ധം പരക്കുന്നു. പറയുന്ന രീതി മറ്റു കഥകളുടേത് തന്നെയാണെങ്കിലും വള്ളി എന്ന കഥ വിശ്വാസങ്ങളിലൂടെ വളർന്നു വന്നവരെ ബാധിക്കുന്ന ഭ്രമാത്മകമായ ഭീതിയുടെ സൂക്ഷ്മമായ ആവിഷ്ക്കരണമാകുന്നു. ആ വിഭ്രമം

അനായാസം സ്വാഭാവികമെന്നമട്ടിൽ സൃഷ്ടിക്കുന്നതിനുതകുന്ന അന്തരീക്ഷം സൃഷ്ടിക്കുക മാത്രമാണ് ചെയ്യുന്നത്. ഏതാണ്ട് അത്തരമൊരു സാഹചര്യം ദാഹം എന്ന കഥയിലുമുണ്ട്. അത് ട്രയിൻ യാത്രയ്ക്കിടയിൽ ഉറങ്ങിപ്പോയ ഒരാളിന്റെ സംഭ്രാന്തിയിൽ നിന്ന് എകാന്തത മൂലം രൂപപ്പെടുന്ന ഭ്രമകൽപ്പനയാണ്. വിശ്വാസത്തിനും യാഥാർത്ഥ്യത്തിനുമിടയിലൂടെ ഉയരുന്ന ഒരു ഭീതിയാണ് ഈ കഥയുടെ കാതൽ. മാണിക്യമെന്ന കുറുങ്കഥയും ആത്യന്തികമായി വിശ്വാസത്തിന്റെ വേരുകളിലാണ് പൊട്ടിമുളയ്ക്കുന്നത്. നാഗാരാധനയുടെ ആഴം അതിനെക്കുറിച്ച് വിവരിക്കാതെ ലുബ്ധന്റെ പണക്കിഴിയിൽ നിന്നുതിരുന്ന ചില വാക്യസൂചകങ്ങളിലുടെ രേഖാരൂപ ത്തിൽ ചൂണ്ടിക്കാട്ടുന്നു.

ഈ ഗണത്തിൽപ്പെട്ട കഥകളിൽ, ആർദ്രമായ മനോവൃത്തിയിൽ നഷ്ടസ്വപ്നത്തിന്റെ ഇഴകൾ കൂട്ടിച്ചേർത്ത് പോയകാലത്തിന്റെ പൂക്കാലത്തിൽ ജീവിതം കണ്ടെത്തുന്ന കഥകളാണ് നിളയും അപ്പൂപ്പൻ താടിയും. 'തിമിർത്തു ചെയ്ത തുലാമഴയെക്കാൾ എന്നെ നനച്ചത് ഞാനൊന്ന് വരണ്ടപ്പോൾ എന്നെ നനച്ച അവളുടെ സ്നേഹ ബാഷ്പങ്ങളായിരുന്നു.' അപ്പൂപ്പൻതാടിയെന്ന കഥയിൽ ഇത്തരത്തിൽ കാൽപ്പനിക വിഷാദം നിറയെ പൂത്തുലയുകയാണ്. വളരെ ഭിന്നമായ ഒരു വൈകാരികത കൊണ്ടാണത് വേറിട്ട് നിൽക്കുന്നത്. നിളയും ഈ കഥയുടെ ഞെട്ടിൽ വിരിഞ്ഞ പൂവാണ്. ബെൽ, ബൗളിങ് ബൗളിങ് എന്നിവയും ഈ കൂട്ടത്തിൽപ്പെടുന്നു. മനുഷ്യബന്ധങ്ങളുടെ തീവ്ര സ്പർശങ്ങളാണിതു രണ്ടും. ബൗളിങ് കൂട്ടത്തിൽ അൽപ്പം നീളം കൂടിയതാണ്. തന്റെ ക്രിക്കറ്റ് കളിക്കാനുള്ള മോഹവും അതിനേൽക്കുന്ന പരാജയങ്ങളുടെ വിഷാദങ്ങളും ചേർന്ന ഒരു കഥാന്തരീക്ഷം. ഈ കഥ മറ്റെല്ലാ കഥകളിൽ നിന്നും വേർതിരിയുന്നത്, ഷൈജുവിന്റെ കഥകളെ നേരിയ മഞ്ഞിൻ പാടവീണ നിലാവല പോലെ മൂടിക്കിടക്കുന്ന ചിരിയുടെ, ആത്മഹാസ്യത്തിന്റെ അഭാവം മൂലമാണ്. എന്തുകൊണ്ടോ, അറ്റുവീണപ്രണയങ്ങളിൽ പോലുമില്ലാത്ത ഒരു വൈകാരികമായ സമീപനം ഈ കഥയിൽ മാത്രം പ്രതിഫലിക്കുന്നു. ഞാനിത് വായിച്ചു തീർന്നപ്പോൾ ഓർത്തുപോയി - എന്തേ ; ഇതിൽ ചിരിയുടെ തിളക്കം ഇല്ലാതെ പോയത്? കളിക്കളത്തിൽ ചിരി പാടില്ലെന്നാണോ?

ഏറ്റവും കൂടുതൽ കഥകൾ നിർമ്മമമായ കാഴ്ചകളും അനുഭവങ്ങളും ഒരു ബഷീറിയൻ ശൈലിയിൽ സ്വീകരിക്കുന്ന

വയാണ്. ഇതിലെ സമീപനത്തിലൂടെ വളരെ കുറച്ചുകഥകൾ മാത്രം എഴുതിയിട്ടുള്ള എം.പി. നാരായണപിള്ളയും മലയാള ഭാഷയിലെ കഥയുടെ പുൽത്തകിടിയിൽ തന്റെ സ്ഥാനം സ്ഥാപിക്കുന്നുണ്ട്. തോലൻ മുതൽ മലയാളികളുടെ വിചാരപാരമ്പര്യത്തെ ഉരുവപ്പെടുത്തിയ ആത്മ ഹാസ്യത്തിന്റെ ചാലകശക്തിയിലൂടെ ഷൈജു കടന്നു പോകുന്നുവെന്ന് പറയുമ്പോൾ, എനിക്കറിയില്ല, തോലനും ഷൈജുവും ഒരേ ബഞ്ചിലിരുന്ന് പഠിച്ചിട്ടുണ്ടോ എന്ന്. അഥവാ, അവർ ഒരേ വംശ പരമ്പരയിൽപെട്ടവരാകാം. കഥയിൽ ഒരു കഥാതന്തുതന്നെ വേണ്ടെന്ന് ബോധ്യപ്പെടുത്തുന്നതാണ് കോണോം. ഒന്നുമില്ലായ്മയെ അതിന്റെ സർവസാധ്യതകളുമുപയോഗിച്ച് ഇന്ന് പരക്കെക്കാണുന്ന ഒരു പൊള്ളത്തരത്തിൽ കഥാകാരൻ പടർന്നുകയറുന്നു. കയറിനെ പാമ്പാക്കുന്നതിന് ഇന്ദ്രജാലക്കാരനെ പോലെ, സാധാരണത്വത്തെ അസാധാരണമാക്കുന്നു. അതിന്റെ ഒരു രീതി ഇങ്ങനെ: ' പൊടിമോന്റെ വായീന്ന് കഴിഞ്ഞാഴ്ചകേട്ട തെറീടെ ബാക്കി ചെവീല് കെടന്നത് ഇ എൻ റ്റിയുടെ അടുത്തുപോയാ കുത്തിക്കളഞ്ഞത് !!! പെണ്ണുമ്പിള്ള ഉള്ളിൽ ചിരിച്ചു.. ചിരിച്ച കൂട്ടത്തി ഒരു തുള്ളി തേൻ അറിയാതെ ചുണ്ടിൽ നിന്ന് ഇറ്റു താഴെ വീണത് ശേഖരിക്കാൻ കിഴക്കും തല പഞ്ചായത്തിൽ ട്വന്റി ട്വന്റി കളിച്ചോണ്ടിരുന്ന കോർപൊറേറ്റ് ഉറുമ്പുകൾ കയ്യിൽ കിട്ടിയ പാത്രവുമായി ഊബറും ഓലേം പിടിച്ച് പാഞ്ഞു വന്നു. !!!! കാര്യം നിസ്സാരം. എന്നാൽ, ആധുനിക സമൂഹത്തിന്റെ ജീവിതശൈലി മുഴുവൻ അതിലുണ്ട്. ഇത് ഒറ്റപ്പെട്ട രീതിയല്ല. ഷൈജുവിന്റെ കഥകളിൽ ഒരു കഥ വേണ്ട. ഭാഷയെത്തന്നെ കഥയാക്കുകയാണ്. സാഹിത്യം ഭാഷയാണ്. പുതിയ ഒരു കാര്യവുമില്ല മനുഷ്യർക്ക് പറയാൻ. പക്ഷേ, പറയുമ്പോൾ കഥ പിറക്കുന്നു. തോലന്റെ പനശി ദശായാം പാശി ഈ ഭാഷയാണ്. പനശം ചക്ക, പനശി ചക്കി. ദശം പത്ത്. ദശായാം പത്തായത്തിൽ; പാശം കയറ്, പാശി കയറി. ഇങ്ങനെ ചക്കിക്ക് പത്തായത്തിൽ കയറാനാകുമെന്നാണ് തോലൻ ചൂണ്ടിക്കാട്ടിയത്. ഇത് ഷൈജുവിനുമറിയാം.

ഈ കുറിപ്പിന് നീളുന്നതിന് ഒരു പരിമിതിയുണ്ട്. അതിനാൽ ഇതിലെ എല്ലാ കഥകളുടെയും ജനാല തുറന്ന് നോക്കാൻ വയ്യ. ഏറ്റവും നല്ല നാല് കഥകളെടുത്ത് നോക്കി പൊതുവായ ഒരു ചിത്രം അവതരിപ്പിക്കാമെന്ന് വച്ചാൽ, ഏറ്റവു നല്ലതെന്ന്

പറഞ്ഞ് ഓരോന്നുമങ്ങനെ കുന്തിച്ചു നിൽക്കുന്നു. ഉദാഹരണത്തിന് ഹോഴി ...ബ് ബ് ബ് ബാ.... യിലെ പൂവൻ കോഴിയെ എനിക്കെന്നല്ല നിങ്ങൾക്കും നല്ല പരിചയം കാണും. അവന്റെ കാമുകിയുമായുള്ള ഒളിച്ചോട്ടം എത്രയോ വട്ടം നമ്മൾ കണ്ടിട്ടുണ്ട്. അതിനിടയിൽ സെക്ഷൻ ത്രി നാട്ട് ടുവിലെ കൂട്ടം തെറ്റി വന്ന മുയൽക്കുഞ്ഞ്, ശൂ ശൂവിലെ ദോശയുടെ ആത്മഗതം, മറുവിലെ കൊതുകും വർഷയുടെ ചെവിടിനു താഴത്തെ മറുവും, ആറ്റുകാൽ പൊങ്കാലയുമെല്ലാം ദോശ മറിച്ചും തിരിച്ചുമിടുന്ന ലാഘവത്തോടെ, സാധാരണ ജീവിതത്തിലേയ്ക്കുള്ള ഒളിനോട്ടമാകുന്നു. കഥ എന്ന സങ്കൽപ്പത്തെ ഭാഷ കൊണ്ട് വെട്ടിത്തിരുത്തുമ്പോൾ കഥാകൃത്ത് ഒന്നുമറിയുന്നില്ല. മോസ്കോ എന്ന വീട്ടിൽക്കിടന്ന്, പുട്ടിനോടുള്ള ആരാധന മൂലം പുട്ടും പഴവും മാത്രം കഴിക്കുന്ന തന്റെ വിപ്ലവബോധത്തെ ഒറ്റക്കൊര കൊണ്ട് തകർക്കുന്നത് കഥയുടെ അതിർത്തി ചാടിക്കടക്കുന്ന സാഹസമാണ്. അതാണ് മോസ്ക്കൊര. എന്നാലും എന്റെ സുലൂ, അഹം സെൽഫിയാസ്മി, പിണ്ടം തുടങ്ങിയ കഥകളിൽ അഹം സെൽഫിയാസ്മി ശബരിമല തീർത്ഥാടനത്തിലും കണ്ടെത്തുന്ന ഒളിനോട്ടങ്ങൾ അണ്ണാൻ മരം കേറ്റം മറക്കില്ലെന്നാണ് സൂചിപ്പിക്കുന്നത്. ആരും കൂട്ടംതെറ്റരുതെന്ന് പറഞ്ഞു തീരുമുമ്പ് സ്വയം കൂട്ടം തെറ്റി കൂട്ടം തെറ്റിയവരുടെ ഗുരുസ്വാമിയായ ഗുരു ഒരു ശക്തമായ പ്രതീകമായി മാറുന്നുണ്ട്. നഞ്ചെന്തിന് നാനാഴി ? ആനക്കാരൻ, ഉത്സവം കഴിഞ്ഞ് പോയപ്പോൾ വിജയപ്പന്റെ ഭാര്യയെ അനപ്പുറത്ത് കയറ്റിക്കൊണ്ട് പോയത് ഒരു കാർട്ടൂൺ ചിത്രം പോലെ വരഞ്ഞിട്ടിരിക്കുന്നതാണ് പിണ്ടം. മെസിയു ടെ പങ്കകൾ ഒരു നാടൻ നിരീക്ഷണമാണ്. ഗൗളിയുടെ വാൽ വീണ ഭക്ഷണം കഴിക്കുന്ന പണിക്കരെന്ന ജോൽസ്യൻ ഗൗളി കൃത്യമായി ചിലക്കുന്നതിനാൽ പണവും പത്രാസും നേടി. പ്രമേഹരോഗിയുടെ ചക്കപ്പഴം തീറ്റയും മൂത്രമൊഴിച്ചിട്ട് അത് തുടച്ച കൈ കഴുകാതെ ഭക്ഷണമുണ്ടാക്കുന്ന ചായക്കടക്കാരന്റെ രുചിയുള്ള ഭക്ഷണവും തുടയിൽ ഉണ്ടായ ഒരു ചൊള്ളമൂലം അനുഭവിക്കാനിട വരുന്ന ദുരിതവും ഒരു വർത്തമാനത്തിന്റെ രൂപത്തിലല്ല, വിധിയുടെ രൂപത്തിലാണ് നാമറിയുന്നത്. പൂച്ചയുടെ പേറ് സ്വന്തം ഭാര്യയുടെ പേറിനെക്കാൾ ഉത്കണ്ഠ ജനിപ്പി ക്കുന്നതിലും കാണുന്നത് ഭാഷയുടെ നിർവികാരതയാണ്. സാധാരണ രീതിയിൽ പറഞ്ഞാൽ, ആ ആഖ്യാനത്തിൽ ഒരു സസ്പെൻസ് മന:പൂർവം നിലനിർത്തു

ന്നുവെന്ന ഒരു വ്യത്യാസമുണ്ട്. അതായത്, കഥയായി പറയാനു ദ്ദേശിച്ചു തന്നെ പറയുക യാണ്.

ഷൈജുവിന്റെ ആത്മകഥാപരമെന്ന് സാധാരണഗതിയിൽ പറയാവുന്ന ഒരു വിഭാഗം കഥകളെക്കൂടി ഒന്നുഴിഞ്ഞു കൊണ്ട് ഈ കുറിപ്പ് നിർത്താം. അപ്പീടെ ചായ ഈ വിഭാഗത്തിലെ കഥക ളുടെ തുടക്കമാണ്. പെണ്ണുകാണലെന്ന വിശിഷ്ടാചാരത്തിന്റെ ഭാഗമാണ് ചായ സൽക്കാരം. അതിനിടയിൽ പെൺകുട്ടിയുടെ അമ്മാമ്മ ചോദിച്ചു.

അപ്പീ, ചായയെങ്ങനെ? പൊതുവായി, ഒരു ചാർലി ചാപ്ലിൻ സിനിമയിലെന്ന പോലെയുള്ള പെണ്ണുകാണലുകളിലൂടെ പടർ ന്നുകയറുന്ന ചിരിയുടെ അന്ത്യമായി ഈ ചോദ്യം തുറുകണ്ണു മായി നിൽക്കുന്നു... ആറുമലയാളിക്ക് നൂറുമലയാളമുണ്ട്. എന്തായാലും ആ പെണ്ണുകാണൽ വിജയകരമായി പൂർത്തി യായി. പെണ്ണുകാണലിനെത്തുടർന്ന് വിവാഹനിശ്ചയം കഴി ഞ്ഞാലുള്ള ചടങ്ങാണ് വധുവിനുള്ള ബ്ലൗസ് വരൻ കൊണ്ടു കൊടുക്കണമെന്നത്. അങ്ങനെ, മോഡേണായിട്ടുള്ള പെണ്ണിന് അവളുടെ അമ്മാമ്മയുടെ റവുക്ക അളവുബ്ലൗസായി കൊ ണ്ടുകൊടുക്കാൻ ഭാഗ്യമുണ്ടായ വരനായി കഥാകൃത്ത് ചിരി തൂകുന്നു. വാക്ക് വാക്കേ ചാക്ക് ചാക്കേ എന്ന കഥ ഉദ്യോഗ സ്ഥരുടെ സാധാരണ കുടുംബാന്തരീക്ഷത്തിലെ തിടുക്കങ്ങ ളാണ്. ഓഫീസിൽ പോകാൻ, കുട്ടികളെ സ്കൂളിൽ പറഞ്ഞു വിടാൻ. വൈകിട്ട് കൂടണയുന്നതിന്റെ കലപിലകൾ. ഇവയൊ ക്കെ നാലഞ്ചു സൂചനാവാക്യങ്ങൾ കൊണ്ട് കോറിയിടുന്നതി ലുള്ള തച്ചുശാസ്ത വൈദഗ്ധ്യം ഇതിലെ എല്ലാ കഥകളിലും കാണാം. അതിനെക്കാൾ പൊട്ടിച്ചിരിപ്പിക്കുന്ന നിരീക്ഷണ ങ്ങളും സന്ദർഭങ്ങളുടെ അതിരു പൊളിച്ച് പൊട്ടി വീഴുന്ന സം ഭാഷണങ്ങളും കഥകളിലെമ്പാടുമുണ്ട്.. ഭർത്താവ് ഭാര്യയോട് ഓഫീസിൽ നിന്ന് വന്നിട്ട് കുളിച്ചായിരുന്നോ എന്ന് അന്വേഷിക്കു ന്നു. ഭാര്യ ഇല്ല എന്ന് മറുപടി പറയുന്നു. അപ്പോൾ ഭർത്താവ്, പോയി കുളിക്ക്; എന്റെ അപേക്ഷയായി കണ്ടാ മതി എന്ന് പ്ര തികരിച്ചപ്പോൾ ഭാര്യ, ബാങ്ക് ജീവനക്കാരനായ ഭർത്താവിനോട് പറഞ്ഞ മറുപടി: 'കാർഷിക വായ്പ എഴുതിത്തള്ളുന്നില്ലേ?അ തുപോലെ ഈ അപേക്ഷയും തള്ളുന്നു.' ഇത്തരം സംഭാഷണ ങ്ങളുടെ ചാട്ടുളികൾ വേഗത്തിൽ നമ്മിൽ കുത്തി ക്കയറുന്നു. അതിന്റെ തുടർച്ചയാണ് പുരുഷഗർഭത്തിന്റെ കഥ. ഭർത്താവിനു

വേണ്ടി ഭാര്യ പച്ചമാങ്ങ കിട്ടുന്ന കടയന്വേഷിക്കാൻ മൊബൈൽ ഫോണിനായി വാനിറ്റി ബാഗിൽ തപ്പി. മുണ്ടെന്ന കഥയും മേൽപ്പറഞ്ഞ കഥകളുടെ തുടർച്ചയാണ്. മുണ്ടുടുത്ത് പരിചയമില്ലാത്ത ഭർത്താവ് മുണ്ടുടുത്തുകൊണ്ട് കുഞ്ഞിനെയുമെടുത്ത് ആൾത്തിരക്കിലൂടെ വേഗം നടക്കാൻ ശ്രമിക്കുന്നതിന്റെ രേഖാചിത്രമാണിത്. വീട്ടു സാധനങ്ങൾ വാങ്ങുന്നതുമായി ബന്ധപ്പെട്ട കലഹമാണ് എന്നെ തൊട്ട മണം. ഭാര്യ മേടിച്ചു കൊണ്ടുവന്ന പൗഡറിന്റെ മണത്തിൽ തുടങ്ങിയ വക്കാണം തനിക്ക് കുരിശായി മാറുന്നതിന്റെ നർമ്മം ഇതിന് മറ്റൊരു മാനം നൽകുന്നു. വേണ്ടാത്തിടത്ത് കേറി ച്ചൊറിഞ്ഞ് പണിവാങ്ങുന്നതിലുള്ള ജാള്യതയുമായി ഇഞ്ചി കടിച്ച കുരങ്ങനെ പ്പോലെ നമ്മുടെ കഥാനായകൻ നിൽക്കുന്ന ചിത്രം വരയ്ക്കാനും ഒരുപാട് മഷിയൊന്നും ഈ ലുബ്ധനായ എഴുത്തുകാരൻ ചെലവഴിക്കുന്നില്ല.

ഷൈജു നാം പൊതുവിൽ കണ്ടുവരുന്ന തരത്തിലുള്ള ചെറുകഥാകൃത്തല്ലെന്ന് ഞാൻ ആദ്യമേ സൂചിപ്പിച്ചു. കാരണം ഒരു കഥ എഴുതണമെന്നും അതിന് ഇന്നയിന്ന കരുക്കൾ ഉണ്ടായിരിക്കണമെന്നും തീരുമാനിച്ചുറച്ചല്ല ഈ പദലോപി തന്റെ ശേഖരത്തിൽ നിന്ന് വാക്കുകളെടുക്കുന്നത്. അത് ചെലവഴിക്കുന്നതും അപ്രതീക്ഷിതമായ ഇടങ്ങളിലാണ്. പുതിയതായി ഒരു കഥയും കാര്യവും ആർക്കും പറയാനില്ല, ലോക ഭാഷകളിലൊന്നും. അതുകൊണ്ടാണ് പഴയ സംസ്കൃത സൗന്ദര്യദർശനത്തിൽ രീതിയാണ് കാവ്യാത്മാവ് എന്ന് പറഞ്ഞിട്ടുള്ളത്. പ്രണയവും വിരഹവും പ്രണയ പരാജയവും പകയും യുദ്ധവും ത്യാഗവുമെല്ലാം മനുഷ്യരുടെ ആദിമകാലം തൊട്ടുള്ളതാണ്. ഷേക്സ്പിയറും കാളിദാസനുമെന്നല്ല, വ്യാസൻ പറയാത്ത ഒരു കാര്യവുമില്ല എന്നതാണ് വസ്തുത. എന്നിട്ടും ഈ സൈബർ യുഗത്തിലും മനുഷ്യൻ ഇതൊക്കെ ത്തന്നെ പറഞ്ഞുകൊണ്ടിരിക്കുന്നു. പക്ഷേ, ഇന്ന് അവൾ അഥവാ അവൻ എന്നെ വഞ്ചിച്ചു എന്ന് പറയുന്നില്ല. പകരം തേച്ചിട്ടു പോയി എന്ന് ഭാഷമാറുന്നു. ഇതാണ് രീതി; ആംഗലേയത്തിൽ സ്റ്റൈൽ . Style is the man എന്നു പറഞ്ഞാൽ മനുഷ്യൻ അവന്റെ ശൈലിയാണ്. ഷൈജു ഒരു ശൈലിയാണ്. ശൈലിയാണ് ഇതിലെ കഥകളെ ഈ കഥാകാരന്റെ വിരലടയാളമാക്കി മാറ്റുന്നത്.

'ഇവിടെ വന്നേപ്പിന്നെ നട്ടുച്ചയും സന്ധ്യയുമൊന്നും കണ്ടിട്ടില്ല!! ഇവിടെ അതൊന്നും ഇല്ലാഞ്ഞിട്ടല്ല. അതൊന്നും കാണാൻ

യോഗമില്ല. അതു തന്നെ!' ആപ്പീസിലെ പണിയൊക്കെ ഒതുക്കി എറങ്ങുമ്പോത്തന്നെ പാതിരായാവും. ഗൗളീശപ്പണിക്കർ എന്ന കഥ തുടങ്ങുന്നത് - 'ഗൗളി ചെലച്ചു. പ്രത്യേകിച്ച് കാര്യമൊന്നുമ്മു ണ്ടായിട്ടല്ല. ബോറടിച്ച് പണ്ടാരമടങ്ങിയപ്പോൾ ഒന്ന് കണ്ണടച്ചാരു ന്ന്. എടയ്ക്കെപ്പൊഴോ ഒന്നെണീറ്റ് മൂരിനിവർത്തിയപ്പൊ ചുമ്മാ ചെലചെലാന്ന് വന്നു. അങ്ങു ചെലച്ചു .അത്ര തന്നെ.'

ന്യൂനീകരണത്തിന്റെ രീതി മെസ്സിയുടെ പങ്കകളിൽ കാണാം. ഒരു ചായയെക്കുറിച്ച് പറയുന്നത്, 'ഒറ്റച്ചായ കുടിച്ചാ മതി ഈ ജന്മം കഴിച്ചത് മൊത്തം പുറത്തുവരും. ആവണക്കെണ്ണ പോലും അതിന്റെയൊരു എക്കേലും എളേ അനിയനായിട്ടേ വരൂ.'

ശൂ ശൂവിൽ, 'ദോശേടെ മുതുകത്തെ കൊമള പൊട്ടി. നെടു വീർപ്പ് പൊറത്തേയ്ക്ക് ഓടി രക്ഷപ്പെട്ടു. ഹൈവേയിൽ കയറി ആദ്യം വന്ന പാണ്ടി ലോറിക്ക് കൈ കാണിച്ച് കേരളം വിട്ടു...'

കഥയേതായാലും പറയുന്ന രീതി ഇതാണ്. അതിനാൽ ഇതെല്ലാവരും പറഞ്ഞിട്ടുണ്ടല്ലോ, ഞാനിത് മുൻപ് വായിച്ചിട്ടുണ്ട ല്ലൊ എന്നൊന്നും തോന്നാനിടം കിട്ടില്ല. അതിനുകാരണം ഭാഷ മാത്രമല്ല, കഥയോടുള്ള സമീപനവുമാണ്. ചിരിക്കാനറിയാത്ത വനെന്നെ ഭാവത്തിൽ, കാര്യഗൗരവം വിടാതെ, കളി പറയുന്ന തിന് ഒരു സിദ്ധി വേണം. ആ സിദ്ധി പറഞ്ഞ് ഫലിപ്പിക്കാൻ തക്ക ഭാഷയും അത് പറയാൻ വിചിത്രമായ തനത് രീതിയും വേണം. ബഷീറിനും വികെ എന്നിനും എം.പി. നാരായണ പിള്ളയ്ക്കും അതുണ്ട്. അതെങ്ങനെയൊ അവരെപ്പോലെ തന്നെ പദലുബ്ധ നായ ഷൈജുവും അടിച്ചു മാറ്റി. ഒരു ഒന്നൊന്നര അടിച്ചുമാറ്റൽ' അതിനു കാരണം ഈ കഥകളുടെ രക്തഞരമ്പുകളിൽ നഖ രേഖകൾ ചാലിക്കുന്ന ഒരു ഭാര്യയുടെ അദൃശ്യ സാന്നിധ്യമൊ, ഇടയ്ക്കിടെ പ്രത്യക്ഷപ്പെടുന്ന ചാട്ടുളിക്കണ്ണുകളോ ആണെന്ന് ഇതിലെ പല കഥകളും രഹസ്യമായി നമ്മോട്, ഷൈജു കേൾ ക്കാതെ, പറയുന്നു. എന്നുവച്ച് എനിക്കതിന്റെ അഹംഭാവമൊ ന്നുമില്ല കേട്ടോ എന്ന മട്ടിൽ ഒരു നിൽപ്പാണ്. അതിന്റെ ക്രെഡി റ്റ് ... അതുപിന്നെപ്പറയാം.

വെയിൽ എനിക്കിഷ്ടമാണ്. മഴയും എനിക്കിഷ്ടം. മഞ്ഞിനെ ഞാൻ പ്രണയിക്കുന്നു. എങ്കിലും തിമിർത്തു ചെയ്ത മഴയ്ക്ക് ശേഷമുള്ള വെയിലും അവയ്ക്കിടയിൽ പടരുന്ന മഞ്ഞ ലയുമാണ് എന്റെ മോഹം. അത്തരമൊരു ഓർമ്മയാണ് ഈ കഥകളെനിക്ക്. ഷൈജുവിന് നന്ദി. താങ്കൾ ഒടുവിൽ പൂക്കുക

യും കായ്ക്കുകയും ചെയ്തല്ലോ. നന്ദി സുഹൃത്തേ.

മലയാള ഭാഷയിൽ വായിക്കാൻ നിർബന്ധിക്കുന്ന കുറച്ച് കഥകൾ കൂടി. നിങ്ങളിത് വായിക്കുക. ഇത് നിങ്ങളെത്തേടി വന്ന നിങ്ങൾ തന്നെയാണ്.

തിരുവനന്തപുരം
മാർച്ച് 2025

ആർ. ഗോപിനാഥൻ

ഉള്ളടക്കം

പേറ്	19
ഖഡ്ഗം	22
ചൊള്ള	25
ഗുമുഗുമാ	28
തേൻവരിക്ക	31
മെസ്സിയുടെപങ്കകൾ അഥവാ മെസ്സി ഫാൻസ്	35
മറു	36
മോസ്ക്കൊര	39
എന്നെ തൊട്ട മണം	42
ബെൽ	45
നിള	48
അപ്പൂപ്പൻ താടി	51
മാണിക്യം	54
വള്ളി	57
എന്നാലും എന്റെ സുലൂ..	61
ശൂശൂ	64
ബ്ലൗസ്	67
ബൗളിംഗ് ബൗളിംഗ്	70
വാക്ക് വാക്കേ... ചാക്ക് ചാക്കേ	74
അഹം സെൽഫിയാസ്മിം	77

ഗൗളീശപ്പണിക്കർ 81

ഹോഴി... ബ് ബ് ബ് ബാ... 84

ദാഹം 87

മുണ്ട് 90

പൊങ്കാല 93

പിണ്ഡം 96

പച്ചമാങ്ങ 100

അപ്പിയിട്ട ചായ 103

കോണോം 108

സെഷൻ 302 Alias 112

വെയ്ൽ 116

പേറ്

അവള് പിന്നേം പെറ്റു.!! ആരും പറഞ്ഞുതന്നിട്ടല്ല... ഞാനൂഹിച്ചു... വയറ് വല്ലാതെ ചൊട്ടീട്ടൊണ്ട്... കഴിഞ്ഞാഴ്ച കാണുമ്പഴും നിറവയറാരുന്നു... നൂറുകൂട്ടം തെരക്കാണ്. വരുമ്പം രാത്രിയാകും... അതിനെടേല് ഇതൊക്കെ ആര് ശ്രദ്ധിക്കാൻ... അമ്മേ ഇവള് പ്രസവിച്ചോ? അമ്മ ഒന്നും മിണ്ടീല... പകരം എന്നെയൊന്നു നോക്കി...!! എത്രായാലോചിച്ചിട്ടും ആ നോട്ടത്തിന്റെ അർത്ഥം എനിക്ക് മനസ്സിലായില്ല. ഏതായാലും ഇനിയാരോടും ചോദിക്കണ്ട എന്ന് മനസ്സിലുറപ്പിച്ചു. അല്ലെങ്കിത്തന്നെ ആരെക്കുറിച്ച് എന്ത്പറയണോന്നും വിചാരിച്ച് നടക്കുവാ നാട്ടുകാര്... രാത്രി ചൂട് സഹിക്കാൻവയ്യാതെ കതകും ജനലും തൊറന്നിട്ടുകെടക്കുന്നത് അവളേംകൂടി അകത്തുകേറ്റിക്കെടത്താനാണെന്ന് ഒരു സംസാരമൊണ്ട്.!! അതെന്റെ ഇഷ്ടമാണ്. ഈ ചോരത്തെളപ്പൊള്ള പ്രായത്തില് കതകും ജനലും തൊറന്നിട്ടു കെടക്കാനൊള്ള ധൈര്യമെനിക്കുണ്ട്. വെറുതേ അസൂയകൊണ്ട് അതുമിതുമൊന്നും പറഞ്ഞിട്ട് ഒരു കാര്യോമില്ല.

അർഹിക്കുന്ന പുച്ഛത്തോടെ ഞാനത് തള്ളുന്നു.!!

എത്രയൊക്കെയായാലും അവളുടെ വയറ് വീർക്കുന്നതും വയറൊഴിയുന്നതും എനിക്കെന്നും ചങ്കിടിപ്പാണ്. അവളെന്റെ ചങ്കല്ലെങ്കിക്കൂടി. ഇതെത്രാമത്തെ പേറാണെന്നറിഞ്ഞുകൂട. അവൾക്കെത്ര പ്രായമുണ്ടെന്നു കൂടിയറിയില്ല. ഒന്നറിയാം അവൾ സുന്ദരിയാണെന്ന്!! ഏതൊരാളും ഒന്നുകൂടിനോക്കാതെ അവളെ കടന്നുപോകില്ല എന്ന്!! അവളെ പ്രണയപാരവശ്യത്തോടെനോക്കി... ഒരു ചുംബനത്തിനായി കൊതിച്ച്, അവളുടെ സാമീപ്യത്തിനാശിച്ച്... വേലിക്കപ്പുറവും മതിലിനുമുകളിലും പ്രണയാർദ്രങ്ങളായ മിഴികൾ എപ്പോഴുമുണ്ടായിരുന്നു. അതുതന്നെയായിരുന്നൂ അവളുടെ ശാപവും!

ഒരു പ്രസവത്തിനുശേഷമുള്ള ആവശ്യമായ ഇടവേളകൾപോലും നൽകാതെ അവൾ വഞ്ചിക്കപ്പെട്ടുകൊണ്ടിരുന്നു!!

വഞ്ചിച്ചവർ വഞ്ചിച്ചവർ വഞ്ചികയറി വഞ്ചിയൂർക്കും പൊയ്ക്കൊണ്ടിരുന്നു. ഒരിക്കലെപ്പോഴോ വിശന്നുവലഞ്ഞ് അൽപ്പം ആഹാരത്തിനായി കരഞ്ഞ് അടുക്കളവാതിൽക്കൽ എത്തിയ അവളുടെ ക്ഷീണിതമെങ്കിലും സുന്ദരമായ മുഖം എനിക്കോർമ്മയുണ്ട്... അഭയാർത്ഥിയാണ്. ആരാ, എന്തായെന്നറിയില്ല. സൂക്ഷിക്കണം. ചേട്ടൻ താക്കീത്ചെയ്തു. എന്തോ, എനിക്കും അമ്മയ്ക്കും അവളെ വല്ലാതെ ഇഷ്ടമായി. പിന്നീടെപ്പോഴോ അവൾ വീട്ടിലെ ഒരാളായിമാറുന്നത് ഞങ്ങൾപോലുമറിഞ്ഞില്ല... ആദ്യമൊക്കെ അവളെ വെറുപ്പോടെമാത്രം നോക്കിയിരുന്ന അച്ഛൻപോലും ഇപ്പോളവളുടെ ആഹാരകാര്യത്തിൽ ശ്രദ്ധിക്കുന്നു. അവളുടെ വയറ്റിൽ വളരുന്ന കുഞ്ഞിനെയോർത്ത് ശാസനയുടെ തീവ്രതകുറയ്ക്കുന്നു. ഏതായാലും വരാനുള്ളത് വന്നു. ഇനി കുഞ്ഞുങ്ങളുടെ കാര്യം... കൂടുതലാളുകൾ അറിയുന്നതിന് മുമ്പ് കുഞ്ഞുങ്ങളെ മാറ്റണം.!! കുട്ടികളെ വേണ്ടവർക്ക് ഇരുചെവിയറിയാതെ കൈമാറണം. എന്നെ ശപിക്കരുതേ... കഴിഞ്ഞ രണ്ട് തവണയും കുട്ടികളെ കൈമാറിക്കഴിഞ്ഞുള്ള അവളുടെ കരച്ചിൽ ഇന്നും നെഞ്ചുപിളർക്കുന്ന ഓർമ്മയാണ്. അവളുടെ നോട്ടംനേരിടാനാകാതെ പലപ്പോഴും ഞാൻ മുഖം കുനിച്ചുനിന്നു... എങ്കിലും അവളെന്നെക്കാണുമ്പോൾ സ്നേഹിക്കാൻ മറന്നില്ല. കുട്ടികൾക്ക് നന്മവരുന്നതേ ഞാൻ ചെയ്യൂ എന്ന് ഉറപ്പുള്ളതുകൊണ്ടോ എന്തോ... എങ്കിലും ഒരിക്കൽ എനിക്ക് പിഴച്ചു. കുട്ടികളെകൊണ്ടുപോയി ഒരു ദുഷ്ടൻ തോട്ടിലോ, വെള്ളത്തിലോ മുക്കി... പിന്നീടുള്ള ഇരവുകളും പകലുകളും അവയുടെ നിഷ്കളങ്കമായ കണ്ണുകൾ നിദ്രാദേവിക്ക് എന്റെ മിഴികളിൽ നൃത്തം വയ്ക്കാൻ അരങ്ങുനൽകിയതേയില്ല. ഇത്തവണ കഴിഞ്ഞപ്രാവശ്യത്തേക്കാൾ അവളുടെ മുഖത്ത് ക്ഷീണം കൂടുതലായിരുന്നു. അവൾക്കിഷ്ടമുള്ള മീൻകൂട്ടി ചോറുകൊടുക്കാനുംമറ്റും ആരുമറിയാതെ ഞാൻ ശ്രദ്ധിച്ചു. ഉത്തരവാദിത്തമുള്ള ഒരു സഹോദരനെപ്പോലെ..! വീട്ടിൽ വന്ന നാൾ മുതൽ അവളെന്തെങ്കിലും ജോലിചെയ്യുന്നത് ഞാൻ കണ്ടിട്ടില്ല. ഭക്ഷണം വിളമ്പുമ്പോൾമാത്രം അവൾ എവിടെയാണെങ്കിലും ഹാജരാകും ഒരു ചമ്മലുമില്ലാതെ...!എങ്കിലും ഈ സമയത്ത് വെയിലത്ത് നിന്ന് എന്തെങ്കിലുമൊക്കെ ചെയ്യും. ഞാൻ സ്നേഹത്തോടെശാസിച്ച് തണലിലിരുത്തും... അമ്മയുടെ ആരോഗ്യമാണ് കുട്ടികളുടെ ആരോഗ്യമെന്നോർമ്മിപ്പിക്കും...

ഇത്തവണ പതിവില്ലാതെ വീട്ടിൽനിന്നുംമാറി പുറത്തെ ഒറ്റ മുറി ചായ്പ്പിലാണ് താമസം. രാത്രി എന്തെങ്കിലും ആവശ്യംവ ന്നാപ്പോലും ആരും ഒരു സഹായത്തിനില്ല. ഒറങ്ങിക്കഴിഞ്ഞാ ആനകുത്തിയാപ്പോലും ഞാനറിയില്ല... ഒക്കെ പറഞ്ഞുനോ ക്കി... ആര് കേക്കാൻ!!!

എന്നാലുംപ്രസവവിവരം ആരും എന്നോട് പറഞ്ഞില്ല.! അവൾക്കെങ്കിലും ഒന്നു പറയാമായിരുന്നു... ഒരൽപ്പം ദേഷ്യം തോന്നി. കുഞ്ഞുങ്ങളുടെ മുഖമോർത്തപ്പോൾ അത് പഞ്ഞിമി ട്ടായിപോലെ അലുത്തുപോയി. അമ്മേം കുഞ്ഞുങ്ങളേം പോയി കാണണം. ഇരുപത്തെട്ട് വരെ കാക്കണ്ട. എന്തെങ്കിലും മേടിച്ചു കൊടുക്കണം. കൊടുത്തുംവാങ്ങിയുമുള്ള ബന്ധങ്ങൾ ശാശ്വ തമല്ലെന്നറിയാം... എങ്കിലും.. തണുക്കാതിരിക്കാൻ കമ്പിളിമേ ടിക്കാം. അതാവും നല്ലത്. കൂടുതൽ ആലോചിക്കണ്ട...

ഭൗ.. ഭൗ... നായ്ക്കളുടെ കുരയല്ലേ അത്... അവളുടെ കര ച്ചിൽ എന്റെ കാതിൽ തുളഞ്ഞുകയറി. ഉള്ളൊന്നുകാളി... ഞാൻ ഓടിയെത്തി... അവൾ കുഞ്ഞുങ്ങളെ ചേർത്തുപിടിച്ച് പേടിച്ചു വിറച്ച് നിൽക്കുന്നു... എന്റെ വരവ് അവളുടെ കണ്ണുകളിലെ ഭയം തെല്ലൊന്ന് കുറച്ചപോലെ.. കുഞ്ഞുങ്ങളെ വാരിയെടുത്ത് അവളെന്നോട് ചേർന്നുനിന്നു. ഞാനൊരച്ഛനായതുപോലെ!!! അവരുടെ സംരക്ഷണം എന്നിൽ നിക്ഷിപ്തമായതുപോലെ... പാപങ്ങൾ കഴുകിക്കളയാൻ ഈശ്വരൻ എനിക്കിതാ ഒരവസരം തന്നിരിക്കുന്നു!!! ഒരു ഉരുളൻ കല്ലെടുത്ത് നായയുടെ കണങ്കാ ലിൽ വളരെ സൂക്ഷിച്ച്നോക്കിയാമാത്രം കാണുന്ന കാക്കപ്പുള്ളി ഉന്നം വച്ച് ഞാനെറിഞ്ഞു! അത് ജീവനുംകൊണ്ടോടി... നായ ഓടിയതുകൊണ്ടോഎന്തോ ആ കല്ല് മരത്തിൽത്തട്ടി പതിവു പോലെ എന്റെ നേർക്ക് വരുന്നു!! മരത്തിന് ഉന്നംവച്ചാ മതിയാ യിരുന്നു. അവളെയും കുഞ്ഞുങ്ങളെയും കൊണ്ട് ഞാൻ വിദ ഗ്ധമായി ഒഴിഞ്ഞുമാറി!!!

വായിൽ കടിച്ചുപിടിച്ചിരുന്ന കുഞ്ഞുങ്ങളെ താഴെനിർത്തി.. നടുവളഞ്ഞുകുത്തി എന്നെ സ്നേഹത്തോടെ നേർത്ത രോമങ്ങ ളുള്ള ഉടൽകൊണ്ടുരുമ്മി... അവളും കുട്ടികളും പൊട്ടിച്ചിരിച്ചു...

ങ്യങ്യങ്യങ്യാവൂന്ന്

എന്റെ ചുന്ദരിയും... കുഞ്ഞുങ്ങളും...

ഖഡ്ഗം

എന്തോഒന്ന് ശക്തമായി എന്റെ ഇടതുകൈയിൽവന്നിടിച്ചു... ശരീരത്തിൽ അവിടവിടെയായി എന്തൊക്കെയോ വീണുതെറിച്ചു... എന്താണ്സംഭവിച്ചതെന്ന് ആദ്യം മനസ്സിലായില്ല... വല്ല ഉൽക്കാപതനവും ആവുമോ... കാര്യം മനസ്സിലായപ്പോൾ ഒന്ന് പൊട്ടിക്കരയാൻ തോന്നി... ഉറക്കെ അലറാൻ തോന്നി... വല്ല കെണറ്റിലും പോയി ചാടാൻ തോന്നി... കയ്യിൽകിട്ടുന്നത് എന്താന്ന് വച്ചാൽ എടുത്ത് ആ ഉൽക്കാപതനത്തിന്റെ ഉറവിടത്തെ തച്ചുതകർക്കാൻ തോന്നി... അങ്ങനെ ഒരു നിമിഷാർദ്ധത്തിൽ ഒരാൾക്ക് തോന്നാവുന്നതൊക്കെ തോന്നി...

അന്ന് എനിക്ക് പൂച്ചാക്കലാ ജോലി.

താമസം പുല്ലാട്ടും.

അമ്മവീടാണ്. തൽക്കാലം ഞാനും കുഞ്ഞുമോനും അഥവാ സന്തോഷ് പുല്ലാട്ടും മാത്രമാണ് വീട്ടിൽ... അവനെന്തായാലും നാട്ടിലെ പ്രശ്നങ്ങളെല്ലാംതീർത്ത് വരുമ്പോ ഒരു സമയമാകും... ഞാൻ നേരത്തേവരും... വന്നുകഴിഞ്ഞാ നേരേ അടുക്കളേക്കേറും... വല്ലോംതിന്നണ്ടേ?!!! അവൻ മിക്കവാറും കഴിച്ചിട്ടേവരൂ. അതുകൊണ്ട് എനിക്കുമാത്രം എന്തേലും ഒണ്ടാക്കിക്കഴിച്ചാമതി.

അങ്ങനെ പതിയെ പരിപാടിതൊടങ്ങിയപ്പോ ഒണ്ടെടാ കൂടെപഠിപ്പിക്കുന്ന സണ്ണിസാർ മുന്നിൽ.

നീ ഞെട്ടെണ്ടെടാ... എനിക്ക് ഇവിടടുത്ത് ഒരു പരിപാടി ഒണ്ടാരുന്നു... എന്നാപ്പിന്നെ നിന്നെ ഒന്ന് കണ്ടിട്ട് പോകാന്ന് വച്ചു...

എവിടെയോ ഒരു സ്പെല്ലിങ് മിസ്റ്റേക്ക്പോലെ...! ഒരു ബിയർകാറ്റ് എന്നെ തഴുകിക്കടന്നുപോയോ!!!

എനിക്ക് തോന്നിയതാരിക്കുവോ?.. ആ എന്തേലുമാട്ടെ!!

സാറ് വാ... വന്നകാലേനിക്കാതെ... കേറി ഇരി..

നീ എന്നെ ഇരുത്താനൊന്നും നോക്കണ്ട... അത് വിട്... നീ

എന്തെടുക്കുവാ? പാചകവാ? ഞാൻ വല്ലോം സഹായിക്കണോ? അല്ലേവേണ്ട... ഞാനിപ്പോവന്നാ ശരിയാവില്ല... നീ തന്നെ അങ്ങു ചെയ്താമതി... എടാ ഇതാ പറയുന്നേ നേരത്തും കാലത്തുമൊക്കെ പെണ്ണുകെട്ടണംന്ന്... അതെങ്ങനാ... അപ്പപ്പിന്നെ കണ്ടവളുമാരുടെപൊറകേ ഇതുപോലെ നടക്കാമ്പറ്റില്ലല്ലോ!!... എടാ നല്ല ഒന്നാന്തരംഒരു പെണ്ണുണ്ട്... നിനക്കൊന്ന് ആലോചിക്കട്ടെ? എനിക്കറിയാവുന്ന നല്ല വീട്ടുകാരാ... ഒറ്റ മോളാ!! പോരാത്തേന് നല്ല പൂത്തകാശും...!!

ഞാൻ ശ്രദ്ധിക്കുന്നില്ല എന്ന ഭാവത്തിൽ എല്ലാം നന്നായി ശ്രദ്ധിച്ചു.

അല്ലേവേണ്ട.. അതൊരു തങ്കപ്പെട്ട കൊച്ചാ.!! നിന്നെ എനിക്കത്ര വിശ്വാസംപോര!!

പോടാ പോയി വല്ലോം തിന്നാൻ കൊണ്ടുവാ... നിനക്കൊക്കേ അതേ പറഞ്ഞിട്ടൊള്ളു... നിനക്കൊന്നും ഈ ജമ്മത്ത് പെണ്ണുകിട്ടാൻ പോണില്ല...

ദാ കെടക്കുന്നൂ ചട്ടീംകലോം!!! ഇങ്ങേർക്കെന്താ പ്രാന്താണോ? ഞാൻചോദിച്ചോ അങ്ങേരോട് എവിടേങ്കിലും കെട്ടാൻനിക്കണെ പെമ്പിള്ളേരൊണ്ടോന്ന്!!! വെറുതേ ചമ്മന്തിയരച്ചോണ്ടിരുന്ന എന്നെവിളിച്ച് ആശതന്ന് വിഴുങ്ങാനാരേലും പറഞ്ഞോരുന്നോ?? ഇങ്ങേരെയൊക്കെകെട്ടിയ ആ ചേച്ചി എങ്ങനെ സഹിക്കുന്നോഎന്തോ!!! നാളെത്തന്നെ ചേച്ചിയെപോയി കണ്ട് ഇങ്ങേരെ ഡൈവോഴ്സ് ചെയ്യിക്കണം... നേരം സന്ധ്യ്ക്ക് കള്ളുംകുടിച്ചിട്ട് ഇവിടെവന്നിട്ടെന്റെ മെക്കിട്ട് കേറുന്നത്!!!

തനിക്ക് ഞാൻ വിമ്മിട്ട വെള്ളം തരുവെഡോ!!! ഈശ്വരാ ഇനി ഇങ്ങേർക്ക് തിന്നാനെന്തുകൊടുക്കും... ഇവിടെയാണേലൊരു സാധനോമിരിപ്പുമില്ല!!! ഒണ്ടായിരുന്നതാണേ ഞാൻ വന്നപ്പൊഴേ എടുത്തു തിന്നുകേം ചെയ്തു.!!! കാലമാടന് ഇത്തിരി നേരത്തേവന്നൂടാരുന്നോ...

എടാ.. ഒന്നുമിരുപ്പില്ലേ ഞാ വേണ്ട, നീയിങ്ങ് വന്നേ... ആ ടി.വി. ഒന്നുവച്ചേ. ഇനി ആ ഫാനൊന്നിട്ടേ...

എല്ലാം ഓഡറാണ്!!! അതൊക്കപ്പോട്ടെന്ന് വയ്ക്കാം... ഞാനിന്ന് മാറ്റിവിരിച്ച് ഷീറ്റാ... അതും രണ്ട്മാസത്തിനുശേഷം.!!! അതിൽക്കേറികെടന്നോണ്ടാ ഈ ഓഡറെല്ലാം!!!

സാറേ ഇനി ഞാൻ പൊക്കോട്ടേ, അടുക്കളേ ഒന്നുമായിട്ടില്ല. എന്തോ ഒരു കരിഞ്ഞമണം വരുന്നില്ലേ??

എവിടെപ്പോവാൻ.. ഒരു മണ്ണോംവരുന്നില്ല!!! നീ ആ കസേരേലോട്ടിരുന്നേ. എനിക്ക് കൊറച്ച് കാര്യങ്ങളൊക്കെ പറയാനൊണ്ട്...

ഇനീം വല്ല പെണ്ണുങ്ങടേം കാര്യം പറഞ്ഞ് പറ്റിക്കാനാണേ അരച്ചുവച്ചിരിക്കുന്ന ചമ്മന്തിഎടുത്ത് ഞാനിയാടെ കണ്ണിത്തേയ്ക്കും!!!

നിനക്കറിയാവോ? എടാ, എനിക്ക്... എനിക്ക് ഒരുപാട്, ഒരു പാടെന്നുവച്ചാ ഒരുപാട് സങ്കടോണ്ട്..

അതിനെന്താ അണ്ണാ, ഒരുപാട് ആണേ.. അതില് സന്തോഷിക്കുകല്ലേ വേണ്ടത്..

ഡാ, ഡാ, നീ മിണ്ടരുത്.. ഞാൻ പറയുന്നത് കേട്ടാ മതി... സങ്കടംപറയാൻ ഒരുത്തനെ വിളിച്ചോണ്ട് കാർത്ത്യായിനീ കേറിയതാ രാവിലേ... പറഞ്ഞുവന്നപ്പം അവന് നറേ സങ്കടം..!!! ഞങ്ങൾ രണ്ടാളും കുടിച്ചു. ഏഴ് ബിയർവച്ച്..

ഒരു പത്തെണ്ണം കുടിക്കാരുന്ന്, ഒരു കണക്കാകുമാരുന്നു...

നിനക്കറിയോ ഈ വയറ്മൊത്തം ബിയറാ.!!! നല്ലൊന്താരം വിയർ... വിറയാ... വിറയാ..!!!!!!

ഭാഗ്യം, ഒറങ്ങി...

ഫാൻ ഫുൾ സ്പീഡിലാക്കി... അപകടം ആലോചിക്കാതെ.. ഇപ്പൊഴേ എണീക്കരുത്.. അവിടെക്കെടക്കട്ടേ!!! നേരം പാതിരയായി.!!!

അടുക്കളേ ചെയ്തോണ്ടിരുന്ന ആ ഫ്ളോ അങ്ങ് പോയി...

ഗോതമ്പുദോശ ഇടത്തോട്ടോ വലത്തോട്ടോ പരത്തേണ്ടതെന്ന് കൺഫ്യൂഷനായി.!!!

ഇനി ഈ പാട്ടുകൂടി കണ്ടിട്ടുപോകാം. പാട്ട് ദർബാർ രാഗത്തിലായിരുന്നുവെന്നുതോന്നുന്നു!!!

അതേതായാലും നന്നായി!!! പാട്ട് മുഴുമിപ്പിക്കാനായില്ല. പാട്ടിന്റെ ശ്രുതിയും താളവും തെറ്റിച്ച് സണ്ണിസാർ ഏഴ് ബിയറുകളുടെ ശക്തിയുള്ള വാൾ എന്റെ നേരേ ആഞ്ഞുവീശി... ഞാനറിയാതെ.. എനിക്കൊഴിഞ്ഞുമാറാൻ ഒരവസരംപോലും നൽകാതെ!!!..

ഉറക്കംതൂങ്ങിയകണ്ണുമായി ഉമ്മറത്തെത്തിയ സന്തോഷ്പുല്ലാട്ട് അഥവാ കുഞ്ഞുമോൻ എന്റെ കയ്യിൽത്തട്ടിനിപതിച്ച ഇറച്ചിക്കഷണങ്ങളോടുകൂടിയ ആ രാജഖഡ്ഗത്തിന്റെ ഉടമയാരെന്നറിയാൻ എന്നെയും സണ്ണിസാറിനെയും മാറിമാറി നോക്കി...

ചൊള്ള

കാലിൽ ഒരു പരു... കാലിലെന്ന് പറഞ്ഞാ ഏതാണ്ട് തൊടേയിലായിട്ടുവരും. പരുവെന്നുപറഞ്ഞാ ശരിയാവുവോന്നറിഞ്ഞു കൂടാ. ഒന്നുരണ്ടിടത്തായിട്ട് ചൊള്ളച്ചുനിക്കുന്നു. തീ പൊള്ളിയ പോലെ...

അമ്മപറയുന്നതുകേൾക്കാതെ, ഷീറ്റുകൊടയാതെ പോത്തുപോലെ കെടന്നൊറങ്ങിയപ്പോ ഏതോ പ്രാണി ആട്ടിയതായിരിക്കാനാണ് സാധ്യത. ആരേങ്കിലുമൊന്ന് കാണിക്കാംന്ന് വച്ചാ ചിക്കൻപോക്സിൽത്തൊടങ്ങി വൈദ്യശാസ്ത്രത്തിലെ ഗവേഷണവിദ്യാർഥികൾക്കുപോലും അജ്ഞാതമായ ഏതെങ്കിലും രോഗത്തിൽ കൊണ്ടെത്തിക്കും. പറയാമ്പറ്റില്ല... വേണ്ട. രണ്ട് ദെവസം നോക്കാം...

പ്രശ്നമതൊന്നുമല്ല. പാന്റ്സ് ലൂസായതുകൊണ്ട് എങ്ങനേങ്കിലും കേറ്റാം. അതിനുമുമ്പുള്ള ഡ്രസ്സിങ് പാടായിരിക്കും.! ഒരു കാലേക്കൂടെമാത്രം കേറ്റാന്നുവച്ചാ മോളിലൊരുപിടിത്തം കിട്ടുകേമില്ല... പഴേ കോണകോം മുണ്ടുമൊക്കെയായിരുന്നേ ഇങ്ങനെയുള്ള പ്രതിസന്ധിഘട്ടങ്ങളിൽ ഉപകാരപ്പെട്ടേനെ. ഇച്ചിരി പരിഷ്ക്കാരമൊക്കെയായോണ്ട്, അണ്ണാ ഒരു കോണോം എന്ന് കടേച്ചെന്ന് ചോദിക്കാനുമൊരു വിമ്മിട്ടം.

അപ്രത്തെവീട്ടിലെ അപ്പൂപ്പനാണേ മുണ്ടിന്റെ കൂടെയുള്ള വലിയ പാളക്കരയൻ നിക്കറൊണ്ട്. അതാണേ എപ്പഴും മുന്നിലെ അഴേതന്നെ കാണും. അഴതൂങ്ങിപ്പോകാതിരിക്കാനിട്ടിരിക്കുവാണോന്ന് വരെ തോന്നിപ്പോകും. എന്നുവച്ച് ചെന്ന് ചോദിക്കാൻ പറ്റുവോ?ഓരോരോ ശീലങ്ങളൊണ്ടാക്കിവയ്ക്കുന്നതാണ് പ്രധാനപ്രശ്നം.

ഇതൊക്കെ ഉപയോഗിക്കാന്തൊടങ്ങീട്ട് അധികമായിട്ടില്ല... എന്നാലും ഇപ്പോ ഇതില്ലാതെ പൊറത്തെറങ്ങാനൊരു മടി. മൊത്തം മൂന്നാലെണ്ണമൊണ്ടേലും കൃത്യമായി നനയ്ക്കാത്തത് കാര്യങ്ങൾ ടൈറ്റാക്കാറുണ്ട്... കുളിക്കുമ്പം ഒരെണ്ണംന

നച്ച് ഓടിച്ചെന്ന് ഗ്യാസ്കത്തിച്ച് ചൂടാക്കി ഒണക്കും... ഗ്യാസിന് ദെവസോം ദെവസോം വെലകേറുന്നത് അറിയാൻ പാടില്ലാഞ്ഞിട്ടല്ല.!!! കാര്യം നടക്കണ്ടേ.. പിന്നല്ല!!!

ഗ്യാസിന്ന് തീപിടിച്ച് പിടിച്ച് ഇപ്പം ഏതാണ്ടെല്ലാരും നല്ല കാറ്റും വെളിച്ചോം തരുന്നൊണ്ട്.!!!

ഒരിക്കൽ റിതേഷ് വീട്ടീവന്നപ്പോ ഈ എയർകണ്ടീഷൻ കഴുകിയിട്ടതുകണ്ട് ചോദിച്ചു:

അളിയാ, ഇതൊക്കെ നിന്റെയായിരിക്കുമല്ലേ?

മഹാപാപി.. കോളേജിച്ചെന്ന് വെളമ്പാനാ!!! അവന്റെ ചോദ്യംകേട്ടാ അറിയാം.

അല്ലെടാ, അതൊക്കെ അച്ഛന്റെയാ...

അലക്കിത്തേച്ചുവയ്ക്കുന്ന അച്ഛന്റെ ആ പേപ്പർവർക്കുകളോടുള്ള അസൂയ അറിയാതെ പുറത്തുവന്നു...

ഓരോന്നോർത്തുനിന്ന് സമയംപോയി. ഇന്നെന്തായാലും കോളജ്ജിപ്പോയേപറ്റൂ. ഇതൊന്നുമില്ലാതെ ഇതുവരെ കോളജ്ജിപ്പോയിട്ടേ ഇല്ല. ആകെക്കൂടെ അങ്ങനെ സംഭവിച്ചിട്ടൊള്ളത് അമ്പലത്തിപ്പോകുമ്പോ മാത്രമാണ്.!!! കഴുകിയതില്ലെങ്കി അൽപ്പസ്വൽപ്പസ്വാതന്ത്ര്യം അപ്പമാത്രം ഞാനനുവദിക്കാറുണ്ട്... അൽപ്പം ശുദ്ധോംവൃത്തീമൊക്കെ ഒള്ള കൂട്ടത്തിലാണേ... അതുകൊണ്ടാ!!!

ഓടിച്ചെന്ന് ഒരെണ്ണം എങ്ങനെങ്കിലും തപ്പി ഫിറ്റ്ചെയ്തു... പക്ഷേ പ്രശ്നം അതുകൊണ്ടൊന്നും തീർന്നില്ല... നടക്കുന്നത് ഒരു വിഷയമാണ്.. സാധാരണപോലെ നടന്നാ ഒറപ്പായിട്ടും ചൊള്ള പൊട്ടും. റാംപിൽ നടക്കുന്നപോലെ നടന്നുനോക്കി.. കൊള്ളാം.. പൊട്ടില്ലാന്ന് തോന്നുന്നു. അല്ല.. പൊട്ടില്ല. ഒറപ്പ്!

വല്യ സ്റ്റൈലായിട്ട് നടന്നു. ബസ് സ്റ്റോപ്പിലേക്ക്.

എവിടെയോ, എന്തോ മിന്തുമ്പോലെ.. കൊടഞ്ഞിട്ടാമതിയായിരുന്നു. ഉറുമ്പ് ഒരു മര്യാദയുമില്ലാതെ പെരുമാറുന്നു... ആദ്യമാദ്യം അഹിംസയിൽ ഞാൻ മുറുകെപ്പിടിച്ചു... ഇല്ല.. സഹിക്കാനാവുന്നില്ല. എന്റെ ഗാന്ധിയപ്പൂപ്പാ.. ബുദ്ധദേവ് ഭട്ടാചാര്യേ.. അല്ലല്ല... ബുദ്ധദേവാ.. എന്നോട് ക്ഷമിക്കണേ.. പതിയെ ബാഗ് ഫ്രണ്ടിലേയ്ക്ക് വലിച്ച് പിടിച്ചു... പോക്കറ്റിലൂടെ കയ്യിട്ട് കടിച്ചവനെ അവിടെത്തന്നെ വച്ചുഞെരിച്ചു, ഒന്നു കരയാൻപോലുമവസരം കൊടുക്കാതെ... പൊതുസ്ഥലമായത് അവന്റെ ഭാഗ്യം. അല്ലെങ്കിൽ പിടിച്ച് പൊറത്തിട്ട് തറയിലടിച്ചുകൊന്ന് ചവിട്ടി അര

ച്ചേനെ.!!! ഉറുമ്പാണെന്നുവച്ച് എന്തുമാകാമെന്നാണോ? കൊറച്ചുനാളായി നിന്നെയൊക്കെ ഞാൻ നോക്കിവച്ചിട്ട്... അല്ലെങ്കിത്തന്നെ നേരേ നടക്കാൻപറ്റുന്നില്ല... അതിനെടേലോ അവന്റെയൊരു.. നിനക്ക് മനസ്സിലാകാത്തോണ്ട്മാത്രം തെറി പറയുന്നില്ല... ബാക്കിയൊള്ളോർക്കുംവച്ചിട്ടൊണ്ടെന്ന് നീ പോയി പറഞ്ഞേയ്ക്ക്.. ആത്മാവായിട്ട്.. ഹും..

എന്തൊരാശ്വാസം!!

ബസ് വന്നു. ഇതിനകത്ത് എവിടെ കേറുമോ എന്തോ! ബസ്സിനകത്തുള്ളവർ കുഴലിട്ട് പുറത്തൂന്ന് ഓക്സിജൻ വലിച്ചെടുക്കുന്നുണ്ടെന്ന് തോന്നിപ്പോകും.!!! വേണ്ടാ, ഇതീപ്പോയാ ശരിയാവില്ല... ആരുടെയോ ബൈക്കിൽ ലിഫ്റ്റടിച്ച് കോളജിലെത്തി... സമാധാനമായി.. ലാസ്റ്റ് ബഞ്ചിൽ അങ്ങേ മൂലേപ്പോയിരുന്നു. ഇങ്ങേ സൈഡിലിരുന്നാ സൈഡേക്കൂടെപ്പോകുന്നവൻ തട്ടിപ്പൊട്ടിക്കും. അതുവേണ്ട... ഭാഗ്യത്തിന് എല്ലാണ്ണോം വന്നു തൊടങ്ങീട്ടേ ഒള്ളു.!!! ആഹാ..

നീ രാവിലേ വന്ന് ബാക്സീറ്റ് പിടിച്ചോ?

രാവിലേ ബുള്ളറ്റിന്റെ ക്ലാസാ. ഫ്രണ്ടിലിരുന്നാ അങ്ങേര് ചോദ്യംചോദിക്കും... പൊക്കെടാ ഇവനെ.

അളിയാ പ്ലീസ് വലിക്കരുത്... ഇല്ല, ഇവനെ വിട്ടുതരില്ല.

മനോജേ, പിടിയെടാ.

ഇതെന്താ വടംവലിയോ? ഞാനാണോ വടം? ആ എന്റെ കാല്... കാലോ, ഏത് കാല്..?

അവന്റെ കാലേ പിടിച്ച് പൊക്കെടാ.

ആക്രോശങ്ങൾ! പൊക്കി.. വലിച്ചു... ചരിച്ചു.. വീണ്ടും ചരിച്ചു ഞെരിച്ചു, ഞെക്കി... പുളുത്തി...

എന്റെ ചൊള്ളകൾ.. എന്റെമാത്രം ചൊള്ളകൾ... ആരോടെങ്കിലുമൊന്നുപറഞ്ഞാലോ..

ഇല്ല. വല്ലാതെ വൈകിയിരിക്കുന്നു... വല്ലാതെ.

ദിഗന്തങ്ങൾ ഞെട്ടുന്ന ശബ്ദം പുറത്തുകേൾപ്പിക്കാതെ എവിടെയോ അഗ്നിപർവതങ്ങൾ പൊട്ടി... ലാവ ശക്തിയായി താഴേയ്ക്ക് പ്രവഹിച്ചു... എവിടെയോ ഒഴുകി ഉറയാനായ്...

ഗുമുഗുമാ

പുള്ളി പതിയെ കടയിൽനിന്ന് പുറത്തേയ്ക്കിറങ്ങി. കടയിൽ കാറ്റത്ത് അണയാൻ വെമ്പിനിൽക്കുന്ന ഒരു മെഴുകു തിരി വെളിച്ചം മാത്രം... അടുത്തുതന്നെ അതണയുമെന്ന് ഞാൻ ഭയപ്പെട്ടു. റോഡിനിപ്രോം അപ്രോമുള്ള പാടത്തെ മാക്കാന്മാരുടെ കച്ചേരി എന്റെ കാതുകൾ തുളച്ചിറങ്ങി-എന്നെക്കൂടുതൽ ഭയപ്പെടുത്താനായ്. ഒച്ചയുണ്ടാക്കാതെ അയാൾ ഇരുട്ടിലേയ്ക്ക് നടന്നുനീങ്ങി. തന്നെ ആരെങ്കിലും ശ്രദ്ധിക്കുന്നുണ്ടോ എന്നുപോലും നോക്കാതെ... കയ്യിൽ മുറുകെപ്പിടിച്ചിരുന്ന പിച്ചാത്തിയിൽനിന്നും ചോരത്തുള്ളികൾ താഴെ വീണ് പടർന്നു. അടുത്ത കടയുടെവാതിൽക്കൽ വെളിച്ചം ഒട്ടുംതന്നെയില്ല. അതിന്റെ നടയ്ക്കെത്തന്നെ പുള്ളി മുള്ളി. തണുപ്പുകൊണ്ടോ എന്തോ ആ ശരീരം ഒന്നുകുളിരിട്ടു... ഒന്ന് വിറച്ചു.

എടക്കരേലെത്തിയ അന്നുമൊതല് ഭക്ഷണം ഒരു പ്രശ്നം തന്നെയാരുന്നു. വേറേ നാട്. വേറേ രുചി. വീട്ടീന്ന് ഇത്രദൂരംവന്നതു തന്നെ ഒട്ടും പിടിച്ചിട്ടില്ല. അതിനെടേലാണ് ആഹാരത്തിന്റെ ഈ ബുദ്ധിമുട്ട്... മൂന്നുനേരോം പുറത്തുനിന്നുതന്നെ കഴിക്കണം... ആദ്യം ഒന്നുരണ്ടുദിവസം ഒരു വെജിറ്റേറിയൻ ഹോട്ടലീന്ന് രാവിലത്തേയ്ക്കൊള്ളത് കഴിച്ചു. ഭക്ഷണമൊക്കെക്കൊള്ളാം. പക്ഷേ ബില്ലുകിട്ടുമ്പോത്തന്നെ എല്ലാം ദഹിച്ചുമാറിക്കോളും. ഉച്ചത്തേയ്ക്കൊള്ളത് ഏതോ ഹോട്ടലീന്ന് മറ്റേ ഒരു സൈസ് വെള്ള പേപ്പറില്ലേ, അതീ പൊതിഞ്ഞോണ്ടുവരും. ചോറും കറീം.. ഉപ്പില്ലാത്ത തോരനും പുളിഞ്ചൻ അവിയലും ഉപ്പ് നഞ്ചായിട്ടുള്ള അച്ചാറും ആലിംഗനബദ്ധരായി ഒറ്റപ്പൊതിയിൽ.!!! ഇതൊക്കയൊന്ന് വേറേവേറേ കാണാൻ പറ്റിയെങ്കിലെന്ന് വെറുതേ ആശിച്ചുപോകും.

ഇവിടെവന്നേപ്പിന്നെ നട്ടുച്ചയും സന്ധ്യയുമൊന്നും കണ്ടിട്ടില്ല. ഇവിടെ അതൊന്നുമില്ലാഞ്ഞിട്ടല്ല. അതൊന്നും കാണാൻ യോഗമില്ല. അതുതന്നെ. ആപ്പീസിലെ പണിയൊക്കെ ഒതുക്കി

എറങ്ങുമ്പോത്തന്നെ പാതിരായാകും. പൊറത്തെറങ്ങുമ്പൊ ത്തന്നെകിട്ടും നല്ല ഗുമുഗുമാ മണം.

നല്ല വറുത്ത് പൊരിച്ചമണം. പിടിവിട്ടുപോകും. എന്നും വി ചാരിക്കും നാളെമുതൽ ഇതൊന്നും കഴിക്കണ്ടാന്ന്. നിർത്താന്ന്. ഈ ന്യൂഇയറിന് കുടിനിർത്താന്ന് പാവം കുടിയന്മാർ പ്രതിജ്ഞ യെടുക്കില്ലേ, ഏതാണ്ടതുപോലെ!!!

ഇങ്ങനത്തെ കൊളംകൊളം ഭക്ഷണം അല്ലെങ്കിത്തന്നെ പാ തിയാരുന്ന എന്നെ വെറും കാലാക്കിചുരുക്കി.! ഒരു ഞായറാഴ്ച്ച വീട്ടീവന്നപ്പോ ഒരുത്തൻ ആ കാലേൽ ഒരു ആണിയടിച്ചോണ്ടു പറയുവാ, നിന്നെക്കണ്ടിട്ട് ഏതോമെഡിക്കക്കോളേജീന്ന് വന്ന പോലെയുണ്ടല്ലോന്ന്! വെറുതേ അങ്ങ് ക്ഷമിച്ചു. തിരിച്ചൊന്നും പറയാൻപോയില്ല.

ഒരുകാര്യം മനസ്സിലായി. ഇങ്ങനെപോയാ ശരിയാവില്ല. എല്ലാമൊന്ന് റെഡിയാക്കിയെടുക്കണം. ഓരോന്നോരോന്നായി തൊടങ്ങണം. ആദ്യമായിട്ട് രാവിലത്തെ ഭക്ഷണം അവിടന്ന് മാറ്റണം. അവിടുന്ന് ഒരു എട്ടെട്ടരയാവുമ്പോ കഴിച്ചാ ഒരു പതി നൊന്നാവുമ്പോ ഗ്യാസ്കേറിക്കേറി വയറ് വീർത്തുവീർത്ത് കീ ബോഡിൽവന്ന് ശക്തമായിട്ടിടിക്കും... പിന്നെ കസേര പുറകോ ട്ടിട്ട് വേണം ജോലിചെയ്യാൻ.!!

അങ്ങനെ ഈ പുള്ളീടെ കടേലെ കഞ്ഞീലെത്തിനിന്നൂ പ്രാതൽ. പതിനഞ്ചുരൂപയേയുള്ളു കഞ്ഞിക്ക്.!! ചരുവംപോ ലൊരു വല്യപാത്രത്തിക്കൊണ്ടുവയ്ക്കും. അത്രേം കുടിക്കാൻപ റ്റാറില്ല. ഇപ്പോൾ ഞാൻ കൊറച്ചേ മേടിക്കൂ. പുള്ളി എന്നോട് പത്ത് രൂപേം.

ഉച്ചയൂണ് പതിയെ താഴത്തെ ഹോട്ടലീന്ന് മാറ്റി... ഒരുദിവസം കൂട്ടാൻ വെളമ്പീട്ടയാള് പറയുവാ, കഴിച്ചോ, കഴിച്ചോ ഇത് ഇന്ന ത്തെയാണെന്ന്!! ഈശ്വരാ! ബാക്കിയൊള്ളതൊക്കെ ഏത് മാ സത്തെയാണോ എന്തോ! ഊണിപ്പം ആലിക്കുട്ടിക്കാക്കാന്റെ കടേന്നാക്കി. വീട്ടിക്കഴിക്കുമ്പോലെതന്നെ. ഉച്ചയൂണ് അവിട ങ്ങു ഫിക്സ്ചെയ്തു. ഉച്ചയൂണ് ഷാജിയേട്ടനും ഷബീർക്കയും ശ്രീജേഷും സന്ദീപുമൊക്കെയായിട്ടങ്ങാഘോഷമാക്കും. ഇനി കാപ്പിക്കും അത്താഴത്തിനും വഴിയുണ്ടാക്കണം.. പതിയെ പാച കംതൊടങ്ങി... രാവിലേ പുട്ട്.. വൈകിട്ട് പുട്ടുബിരിയാണി... ഞെ ട്ടണ്ട.. വൈകിട്ടും സാദാ പുട്ട്തന്നെ!!! മലപ്പുറമായതുകൊണ്ട് ചുമ്മാ ഒരു ഗുംകിട്ടാൻ ബിരിയാണീന്ന് ചേർത്തെന്നേയുള്ളു...

അങ്ങനെ ശാപ്പാട് കാര്യത്തിലൊരു തീരുമാനമായി. ഇനി..

ഓർമ്മകളുടെ കണ്ണുമഞ്ഞളിപ്പിച്ചുകൊണ്ട് ഏതോ ഒരു ശകടം എന്നെ മറികടന്നുപോയി. അരണ്ടവെളിച്ചത്തിലെനിക്കാ കാഴ്ച വ്യക്തമായി കാണാം. മുള്ളിക്കുടഞ്ഞ് പുള്ളി കത്തിയുമായി നേരേ കടയിലേയ്ക്ക്... പുറംകൈയിൽതെറിച്ചുവീണ പുണ്യാഹം മൂട്ടിൽത്തൊടച്ചു!!! മീൻവെട്ടിച്ചോരപുരണ്ട പിച്ചാത്തി മേശപ്പുറത്തുവച്ചു. വറുക്കാൻവച്ചിരുന്ന ചാളയ്ക്ക് ഉപ്പും മുളകും പുരട്ടി... കൈ ഒന്ന് നനയ്ക്കാൻപോലും മെനക്കെടാതെ!!!

പതിവുള്ള ചായ വേണ്ടെന്നുവച്ചു. ചായയ്ക്കുണ്ടാകാവുന്ന ഉപ്പുരസം എന്റെ മനം മടുപ്പിച്ചു... റൂമിലെത്തി. വെട്ടിയിട്ട പോലെ കെടന്നൊറങ്ങി. ഒറക്കമൊണന്ന് കുളിച്ചൊരുങ്ങി ആപ്പീസിലേയ്ക്കോടുമ്പോ ഞാനാ കടേലേയ്ക്കൊന്ന് പാളിനോക്കി... ആരൊക്കെയോ കഞ്ഞി മാക്കം മാക്കം മോന്തുന്നു.. പുള്ളി മുള്ളിയരച്ച അതേ മീനുംകൂട്ടി!!!

തേൻവരിക്ക

ഈ ഉറുമ്പ് എവിടെനിന്നാലും പിടിച്ചുകടിക്കും.

എടാ എന്റെ ഷുഗറൊന്ന് നോക്കിയേ.. ഒറപ്പായിട്ടും കൂടീട്ടൊണ്ടാവും. അല്ലെങ്കിപ്പിന്നെ ഇങ്ങനൊണ്ടോ ഒരു കടി.!!

എന്റമ്മേ, ഉറുമ്പിന്റെ മാളത്തിപ്പോയിനിന്നാപ്പിന്നെ കടിക്കാതെ മുത്തം തരുവോ? അമ്മ അവിടുന്നൊന്ന് മാറിനിന്നേ. ആരെങ്കിലുംകേട്ടാ എന്തുവിചാരിക്കും?

അമ്മ ഇന്ന് പഴുത്ത ചക്ക തിന്നാരുന്നോ?

ഇല്ലെടാ. നീവരുമ്പോ തിന്നാല്ലോന്ന് വിചാരിച്ച് കൊച്ച് ചൊള ഞാൻ പറിച്ചുവച്ചാരുന്നു.

എന്നിട്ട്?

എന്നിട്ടെന്താ, ഒരു കൊച്ചുകഷണം ഞാൻ വായിലിട്ടാരുന്നു. പിന്നെ നീ ഇന്നലെകൊണ്ടുവന്ന മാങ്ങയില്ലേ, അത് കൊച്ച് ചീഞ്ഞുതൊടങ്ങിയാരുന്നു. അച്ചനതെടുത്ത് കണ്ടിച്ചാരുന്നു. എനിക്ക് രണ്ട് രണ്ടു കഷണം തിന്നാൻ തന്നാരുന്നു.

എന്നിട്ട് അമ്മ തിന്നോ?

രണ്ടുകഷണമല്ലേടാ. തിന്നില്ലെങ്കി അച്ഛന് ദേഷ്യംവരും.

വെറുതേയല്ല, ഷുഗറ്കൂടിയിട്ട് പേടിയൊണ്ട്. അതൊന്നറിയണം. അതിനാണ് ഉറുമ്പ്കടീപ്പൊതിഞ്ഞൊരുപമ.

അമ്മയോടെത്ര തവണ പറഞ്ഞിട്ടൊണ്ട് ഇതൊന്നും വാങ്ങിച്ചുതിന്നരുതെന്ന്. അമ്മയെന്താ കൊച്ചുകുഞ്ഞാണോ? എപ്പഴുമെപ്പോഴുമിതുതന്നെ പറഞ്ഞുതരാൻ. എത്ര പറഞ്ഞാലും മനസ്സിലാവില്ല.

ഇപ്പ ഇതാ നല്ല കൂത്ത്. നിന്നോട് പറഞ്ഞിട്ട് ഇപ്പോ എന്റെ പ്രഷറും കൂടുമല്ലോ. ഞാൻ പോണ്. അരി അടുപ്പത്ത് കെടക്കണ്.

ഇത്രയൊക്കെപ്പറഞ്ഞെങ്കിലും ഇതൊക്കെക്കണ്ടോ ഞാനും ചേട്ടനുമൊന്നും പറയാറില്ല. കൊതികൊണ്ടല്ലേ, പാവം... അതിനുംകൂടൊണ്ട് രണ്ട് മരുമക്കള്!! ഇമ്മാതിരി സാധനമെന്തെങ്കിലും വായിലിടുന്നതുകണ്ടാ അപ്പോ തൊടങ്ങും രണ്ടുംകൂടെ...

എന്തേലും വെന്തോന്നുനോക്കാൻ വായിലോട്ടിടുമ്പോ ഇവരാരെങ്കിലും വന്നാ അതും വായിലിട്ടോണ്ട് അമ്മ അനങ്ങാതെനിക്കും. കണ്ണിലൂടെ വെള്ളം വരുമ്പംമാത്രം നമുക്കറിയാം വായിലെന്തോ ചൂടുള്ള സാധനമുണ്ടെന്ന്.

ഏതായാലും സന്ധ്യയായപ്പോഴേയ്ക്ക് ചക്കേം മാങ്ങേം കൂടെ പഞ്ചാരഭരണിയങ്ങ് നറച്ചു.

ആകെയൊരു വെപ്രാളം. ഷുഗറുനോക്കി. അതിന്റെയൊരു കപ്പാസിറ്റിക്കപ്പുറം ആയതുകൊണ്ടോ എന്തോ റീഡിങ് കാണിക്കാതെ മെഷീൻ തല കുമ്പിട്ടു.

ലച്ചൂ നീ രണ്ട് നെല്ലിക്ക അടിച്ചെടുത്തേ... അമ്മയിതൊന്നു കുടിച്ചേ. ചെലപ്പോ ഇച്ചിരി കൈയ്ക്കുമാരിക്കും... സാരമില്ല. ഒറ്റ മോന്തിനങ്ങു കുടിച്ചാമതി.

എടാ ഇൻസുലിനെടുക്കെടാ.

അച്ഛാ, ഇപ്പോ എടുത്താ ചെലപ്പോ ഛർദിച്ചാലോ?

നീ എടുക്കുന്നുണ്ടോ... അതോ ഞാനെടുക്കണോ?

എന്നാപ്പിന്നെ അച്ചൻ തന്നെയങ്ങെടുക്ക്...

എടുത്തു. ദേ കെടക്കുന്നു. കുടംകമിഴ്ത്തിയപോലെ നെല്ലിക്കാ ജ്യൂസ് കുടിച്ചപടി.

അച്ഛന് സമാധാനമായല്ലോ. അച്ഛനാന്നുപറഞ്ഞിട്ട് ഒരു കാര്യോമില്ല. വല്ലപ്പോഴും മക്കളുപറയുന്നതുകൂടെ കേക്കണം.

അത്രേ പറഞ്ഞത് ഓർമ്മയുണ്ട്. പിന്നൊന്നും പറയാനനുവദിച്ചില്ല. മലയാളത്തിൽ ഇങ്ങനേം വാക്കുകളുണ്ടാരുന്നോ? മതി അച്ഛാ. ബാക്കി ഇനിയൊള്ള ദെവസങ്ങളിലാകാം. ഞാനിവിടെ ത്തന്നയുണ്ടല്ലൊ... മാത്രോമല്ല, ഇങ്ങനെ ഒറ്റശ്വാസത്തിൽപറഞ്ഞാ അച്ഛന് ശ്വാസം മുട്ടില്ലേ? അല്ല ഇല്ലേ?

ഇനി കളിച്ചോണ്ട് നിന്നാ ശരിയാവില്ല. നീ വണ്ടിയെടുക്ക്. ആശൂത്രീപോവാം. കഴിയുന്നതും വേഗംവിട്ടു. വണ്ടിയിലിരുന്നുള്ള അച്ഛന്റെ തെറിവിളി എന്റെ വണ്ടിയിൽ ആംബുലൻസിന്റെ ആ കൂ കൂ വിളി ഇല്ലെന്നുള്ള കുറവ് നികത്തി...

റോഡിൽനിന്നവർ ഓടി വീട്ടിക്കേറി. വീട് മാറിക്കേറിയവർ വീണ്ടും റോഡിലിറങ്ങി!! ഷർട്ടും മുണ്ടും നേരേയാക്കി.

എന്തുപറ്റിയതാ?

അത്... ഡോക്ടറേ, ഷുഗർകൂടിയതാണോന്ന് ഒരു സംശയം..

എന്താ അങ്ങനെ പറയാൻ?

അത്പിന്നെ, രാവിലേ ഇച്ചിരി ചക്കേം മാങ്ങേം..

അതിന്? ചക്കേംമാങ്ങേമൊക്കെ തിന്നാനുള്ളത് തന്നാ. കഥയൊക്കെ പിന്നെ പറയാം. എല്ലാരുമൊന്ന് പുറത്തോട്ടിറങ്ങി നിന്നേ. ഞാനൊന്ന് നോക്കട്ടെ. താൻമാത്രം ഇവിടെ നിക്ക്.

കൂടെയൊള്ള സിസ്റ്ററെക്കണ്ടപ്പത്തന്നെ ഞാനതങ്ങോട്ട് പറയാനിരിക്കുകയായിരുന്നു.

ഉള്ളിലിരുന്ന് ആരോ മൊഴിഞ്ഞു!! ആരാണോ എന്തോ! ഏതായാലും ഡോക്ടർ കൽപ്പിച്ചതും മിൽമതന്നെ!!

കുഴപ്പമൊന്നുമില്ല, മരുന്നുകൊടുത്തിട്ടൊണ്ട്. ഒരു മണിക്കൂർ നോക്കിയിട്ട് കൊറയുവാണേ വിട്ടേയ്ക്കാം.

സമാധാനമായി...

അമ്മയൊരിച്ചിരി നീങ്ങിക്കിടന്നേ. നല്ല ഒറക്കം വരുന്നു. പീലികൾ മെല്ലെ ചുംബിച്ചു.

ഞാനും സിസ്റ്ററും ബാക്കി രോഗികളെയെല്ലാം പരിശോധിച്ചു. നേരം വെളുക്കാതിരിക്കാൻ ഞാൻ കൊതിച്ചു... സിസ്റ്ററെ പഠിപ്പിച്ച് ഞാനൊരു ഡോക്റ്ററാക്കി. ഞങ്ങളൊന്നിച്ച് റൗണ്ട്സിനുപോയപ്പോൾ ഞങ്ങളുടെ കുട്ടികൾ അത്യാഹിതവിഭാഗത്തിലെ രോഗികളുടെ ഓക്സിജൻ മാസ്ക്കുകൾ ഊരിമാറ്റി അവരെ ശ്വാസം മുട്ടിച്ച് കളിച്ചു... ഗ്ലൂക്കോസ്കുപ്പിയിൽ ദ്വാരങ്ങളിട്ട് ഗ്ലൂക്കോസ് മഴ പെയ്യിച്ചു... കൂട്ടിരിപ്പുകാരുടെ മൂക്കിൽ പഞ്ഞി വച്ചുകളിച്ചു... വായിൽ പ്ലാസ്റ്ററൊട്ടിച്ചു... കാലൊടിഞ്ഞ് പ്ലാസ്റ്ററിട്ട അപ്പൂപ്പന്മാരുടെ പ്ലാസ്റ്ററിനുള്ളിൽ കടിയുറുമ്പുകളെ കയറ്റിവിട്ട് രസിച്ചു.. ഇതൊക്കെക്കണ്ട് ഞങ്ങൾ ചിരിച്ചുചിരിച്ചു ടൈൽസ് കപ്പി... നാട്ടുകാർ ഒലക്ക തപ്പി..

എടാ, എണീറ്റേ. നമ്മോട് പൊയ്ക്കോളാമ്പറഞ്ഞു.

അമ്മ മുഖത്ത് തട്ടി വിളിച്ചു. വരിക്കച്ചക്കയുടെ കൊതിപ്പിക്കുന്ന മണം എന്നെ ഉണർത്തി... തലേണ വെറുതേ നനച്ചു.

അമ്മേ, ചക്ക ഇനീം ബാക്കിയൊണ്ടോ?

ചൊളപറിച്ചത് ഞാൻ ഫ്രിഡ്ജീൽ വച്ചിട്ടൊണ്ട്

അമ്മയ്ക്കിനി വേണ്ടല്ലോ.

എടാ മതി മതി. എറിഞ്ഞുവാട്ടാതെ.

അല്ല, ഇനീപ്പം വേണേങ്കിലും തരില്ല.

ഞാൻ വണ്ടി സ്റ്റാർട്ടുചെയ്തു...

എന്റെ ചുണ്ടോടടമരാൻ വെമ്പി... ഉള്ളിൽത്തുടിക്കുന്ന ചക്കക്കുരുവുമായി... തേൻ വരിക്കച്ചുളകൾ ഞാൻ ഫ്രിഡ്ജിന്റെ വാതിൽ തുറന്നു വാരിയെടുക്കുന്നതോർത്ത് കുളിരുകോരി...

മെസ്സിയുടെ പങ്കകൾ അഥവാ മെസ്സി ഫാൻസ്

ഇതിപ്പോരാത്രീലാരാ ഐഎസ്ഡി വിളിക്കാൻ? അതും ഖത്തറീന്ന്. അപ്രത്ത് മെസ്സി.!

അണ്ണാ അണ്ണനുവേണ്ടി ഞങ്ങള് കപ്പടിച്ചണ്ണാന്ന്!

എന്റെ മെസ്സിക്കുട്ടാ, ഞാനിത് ലൈവ് കണ്ടോണ്ടിരിക്കുവ ല്ലാരുന്നോ? നീ വെറുതേ വിളിച്ച് കാശ് കളയേണ്ട വല്ല കാര്യോ മൊണ്ടാരുന്നോ? പിന്നേ, കപ്പ് കൊണ്ടുവന്നില്ലേ ഞാൻ വീട്ടിക്കേ റ്റില്ലാന്ന് വെറുതേ പറഞ്ഞതാരുന്ന്. നിനക്ക് സങ്കടമായില്ല.

ഇല്ലണ്ണാ, അണ്ണനെ എനിക്കറിഞ്ഞൂടേ.. അതൊക്കെപ്പോ ട്ടേ കൂടുതല് കാശ് കളയണ്ട.. പോയി ആ കപ്പ് മേടിക്ക്. നറേ കള്ളമ്മാരുള്ളതാ.! ഇനീപ്പ നാളെകഴിഞ്ഞ് മറ്റന്നാ ഇവിടെത്തു വാരിക്കും അല്ലേ? ഉച്ചയ്ക്കിവിടെന്നുണ്ടാമതി. ഞാൻ കൊറച്ച് കരിമീൻ പറഞ്ഞിട്ടൊണ്ട്... പിന്നെ, നെനക്ക് നത്തോലി വറു ത്തത് ഇഷ്ടമാണല്ലൊ. അതും മേടിക്കാം. നിന്റെകൂടെ വേറേ പി ള്ളാരുവല്ലോം കാണുവോ? കൂടെ കളിച്ചവമ്മാര്.. അല്ലേ.. പിന്നെ എല്ലാരേം വിളിച്ചോ. കൊറച്ചുദെവസം ഇവിടെ താമസിച്ച് വി ശ്രമിച്ചിട്ടൊക്കെപ്പോവാം. എത്രനാളത്തെ ടെൻഷനാരുന്നു.! നീ എന്താ ഒന്നും മിണ്ടാത്തേ.. ഞാനിങ്ങനെ സംസാരിച്ചോണ്ടിരു ന്നാ പൈസ വെറുതേ പോകും...

ഒന്നുവില്ലണ്ണാ. ഫോൺ ഞാനിന്നുരാവിലേ റീ ചാർജ് ചെ യ്താരുന്നു. ഇത് അവമ്മാര് തുള്ളാൻ വിളിക്കുന്നതാ ഗ്രൗണ്ടില്.. ഞങ്ങളെന്തായാലും ശൂരനാട്ട് വന്ന് അണ്ണനെക്കണ്ടിട്ടേ അർജ ന്റീനയ്ക്കൊള്ളൂ, പോരേ?

എന്നാ ശരി.., നീ പോയി തുള്ളിക്കോ.. ബാക്കിവിശേഷമൊ ക്കെ നേരിട്ടുപറയാം..

തുടരും..

മറു

വർഷേടെ ചെവീടെ താഴത്തായിട്ട് ഒരു മറുക് അത്ര കറു ത്തിട്ടല്ല. ഒരു ചാരക്കളറ്. എന്നാലും നല്ല ഭംഗി.!! എല്ലാരും ക്ലാസില് ശ്രദ്ധിക്കാൻ പറഞ്ഞതുകൊണ്ടുമാത്രം തികച്ചും യാദൃ ച്ഛികമായി കണ്ണിൽപ്പെട്ടു എന്ന് പറഞ്ഞാമതിയല്ലൊ... ചെവിക്ക് താഴെയായി മുടിയിഴകൾക്കിടയിലൂടെ മറുക് എന്നെ നോക്കി ചിരിച്ചു.!! വർഷപോലുമറിയാതെ. ആകെക്കൂടെ പൂച്ചപ്പൂട പോലെ ഇച്ചിരി മുടിയൊണ്ട്. അതിലിട്ട് തലോടുന്ന കണ്ടാതോ ന്നും അങ്ങ് ചന്തിവരെ മുടി നീണ്ടുകെടക്കുവാന്ന്. മുടിയങ്ങ്, തീരെ ഇല്ലാന്നല്ല. ഒള്ളത് പക്ഷേ സ്പ്രിങ്പോലെ ചുരുണ്ട് ഭൂഗു രുത്വത്തിന് പിടികൊടുക്കാതെ മോളിലോട്ടുകേറി കെടക്കുവ ന്നേവൊള്ള്... ഇവക്കിത്തിരി കല്ലുകെട്ടി മുടീടറ്റത്തിട്ടാലെന്താ.. പടവലങ്ങപോലെ നല്ല ഒന്നാന്തരം മുടിവന്നേനെ. ഒന്നുവില്ലേ ലും ഇങ്ങനെ സ്പ്രിങ്ങി സ്പ്രിങ്ങി കെടക്കില്ലാരുന്നു. കാണാൻ നല്ല ചന്തവൊള്ളതുകൊണ്ട് മുടിയൊക്കെ ആരുനോക്കാൻ... ഇപ്പം ഞാൻതന്നെ മുടീംനോക്കിയിരുന്നേ എനിക്കിത് വല്ലോം കാണാമ്പറ്റുവാരുന്നോ?

വർഷ കസേരേല് ഒന്നെളകിയിരുന്നു.. കസേരേന്ന് ഊർന്നു പോയഭാഗം വീണ്ടും പഴേസ്ഥാനത്ത് തന്നെ ഒറപ്പിച്ചു.. നശിപ്പിച്ച്.. ഇപ്പ സംഗതി കാണാമ്പറ്റുന്നില്ല. ഇവക്ക് ഇരുന്നപോലങ്ങ് ഇരു ന്നാപ്പോരാരുന്നോ? കുലുങ്ങിക്കേറിയിരിക്കേണ്ട വല്ലകാര്യോം ഒണ്ടാരുന്നോ? മുന്നിലിരുന്ന നെടുന്തലയന്റെ ചെവീടെ എടേ ക്കൂടെ കഷ്ടപ്പെട്ടാ ഒന്നുനോക്കിക്കൊണ്ടിരുന്നേ.. അതിനെ അവന്റെ തല പിന്നേം മൊളച്ച്പൊന്തി കാഴ്ച കൊറേക്കൂടി മറച്ചു.! അല്ലേലും ഈ പൊക്കക്കാരെല്ലാം ഒരുമാതിരി അലമ്പാ. എവിടെച്ചെന്നാലും മുന്നിക്കേറി ഇരിക്കേം ചെയ്യും. ബാക്കിയൊ ള്ളോനെ ഒന്നും കാണാനും സമ്മതിക്കില്ല. ഇയാടെ മുതുക് കാണാനാണോ ഇക്കണ്ട ആളിത്രേമിരിക്കുന്നേ. ഹല്ലപിന്നെ...

ഡാ പൊട്ടാ, നിന്റെ പേട്ടുതലയൊന്നെടുത്തുമാറ്റുവോ?

ഞാനിവിടെ പെറമ്പോക്കളക്കാൻ വന്നതല്ല. അവന്റെയൊരു ചട്ടിത്തല. നെന്റെ തല മാന്തിപ്പൊളിക്കണ്ടേ എടുത്തുമാറ്റിക്കോ.

മനസ്സിവന്നതിത്രേം കടിച്ചും ചവച്ചും എറക്കി.. ഇച്ചിരി വെള്ളോം കുടിച്ചു..

ചേട്ടാ.., ഇച്ചിരിയൊന്ന് ചരിഞ്ഞോ, കുനിഞ്ഞോ ഇരിക്ക്യോ?.. ഒന്നും കാണാമ്പറ്റുന്നില്ല.. അല്ല, ബുദ്ധിമുട്ടാവില്ലേമാത്രം മതി, കേട്ടോ.. ഒരുവിധം കാണാമ്പറ്റുന്നൊണ്ട്. മാറീല്ലേലും കൊഴപ്പമില്ല.

ആളൊന്നുകുലുങ്ങി. കസേരമൊത്തത്തിലൊന്നാടി.. ഭൂമി കുലുങ്ങാതിരിക്കാൻ തറയിൽ ഞാൻ അമർത്തിച്ചവിട്ടി. ഒരു നാപ്പത്തഞ്ചു ഡിഗ്രിയിൽ ചരിഞ്ഞ് കണ്ണടയ്ക്ക് മുകളിലൂടെ ഒന്ന് നോക്കി. പറഞ്ഞത് ഒട്ടും ഇഷ്ടമായിട്ടില്ല.! ഇയാളെന്താ കണ്ണടയ്ക്ക് മോളിക്കൂടെ നോക്കുന്നേ.? കണ്ണട എന്താ അലങ്കാരത്തിന് വച്ചിരിക്കുവാണോ?

കണ്ണിക്കുത്താൻ കൈ തരിച്ചു... തരിച്ച കൈ പോക്കറ്റിലിട്ട് കർച്ചീഫെടുത്ത് മൂക്കിന്റകം തൊടച്ചു.

മുന്നിലെ പർവതം ഒന്നിളകി. വല്യ പാടുപെട്ട് ഏതാണ്ട് ഒരു സെന്റിമീറ്ററൊതുങ്ങി. റീ സർവേയ്ക്ക് കൊടുത്താ ഏതാണ്ടര സെ.മീ. കാണുവായിരിക്കും. ഇപ്പമീ അണ്ഡകടാഹം മൊത്തം കണ്ടൂടെ എന്ന ഭാവത്തിലൊന്നു നോക്കി.

തല ഇത്തിരൂടൊന്ന് ചരിക്കുവോ?

പർവതം ചരിച്ചപോലെ ഭാവിച്ചു. ചരിച്ചില്ല. ഞാൻ ചിരിച്ചപോലെ കാണിച്ചു.. ചിരിച്ചില്ല.!! എങ്കിലും തടിയന്റെ കഴുത്തിനും ചെവിക്കുമിടയിലുള്ള വർഷയുടെ മുടിയിഴകൾ എനിക്കിപ്പോൾ കാണാം.

എന്റെ പള്ളീ! തടിയനിനി അനങ്ങല്ലേ.. കാത്തോളണേ. കുരിശടീല് ആരേലും കത്തിച്ചപ്പോ അണഞ്ഞുപോയ മെഴുകുതിരിയൊണ്ടേ ഇന്നുതന്നെ കത്തിച്ചേക്കാവേ... തീപ്പെട്ടി അവിടെത്തന്നെ കെടപ്പൊണ്ടേല്...!

കാഴ്ച അത്ര വ്യക്തമല്ല... തല അൽപ്പം എടത്തോട്ട് ചരിച്ചു. പുറകിൽനിന്നൊരു കൈവന്ന് തല പഴയസ്ഥാനത്തുതന്നെ കൊണ്ടുവച്ചു. പുറകിലെ ക്യാമറയും ഏതാണ്ടിതേസ്ഥലം തന്നെ ഒപ്പിയെടുക്കാൻ ശ്രമിക്കുന്നുണ്ടാവണം. തിരിഞ്ഞുനോക്കിയില്ല... എല്ലാം ഞാനറിയുന്നു. എല്ലാം ഞാനുൾക്കൊള്ളുന്നു. എന്തായാലും അവൻ കാണിച്ചത് ഒട്ടും ശരിയായില്ല. പറയാതെവയ്യ.!!

എവിടെപ്പോയീ എന്റെ മറുക്? കണ്ണുകൾ മുടിയിഴകൾ മാടിയൊതുക്കി പരതി. ആ മറുകിൽ അമരാൻവെമ്പിക്കുഴഞ്ഞ് എന്റെ ചുണ്ടുകൾ വിറച്ചു... ഇല്ല, അതവിടെയില്ല.

വർഷയ്ക്ക് തല കടിച്ചു. അവളുടെ ഇടതുകൈയിലെ തള്ളവിരലും ചൂണ്ടുവിരലും കടിച്ചവനെ തൂക്കിയെടുത്തു. തള്ളവിരലുകളുടെ നഖങ്ങൾക്കിടയിൽ മറുക് ഞെരിഞ്ഞു... ചോര ചീറ്റി. ആടിയന്റെ കണ്ണട ചുവന്നു.! ഭൂമിയിൽ കാലമർത്തിച്ചവിട്ടാൻ ഞാൻ മറന്നു. ഭൂമി കുലുങ്ങി. ദിക്കുകൾ ഞെട്ടി.. ഡാമുകൾ നിറഞ്ഞു. ഡാമുകൾ തുറക്കുന്നതാലോചിക്കാൻ കെ എസ് ഇ ബിയും സർക്കാരും വട്ടമേശ സമ്മേളനം നടത്തി.!! മേശേടെ എടത്തേക്കാല് ചെറുതായൊന്നിളകി.!! പ്രതിപക്ഷം നാക്ക് അലക്കിത്തേച്ചുവച്ചു... പത്രസമ്മേളനത്തിന്കഴുത്തിൽ തൂക്കിയിടാൻ നല്ല സ്റ്റൈലൻ മാസ്ക്കുകൾ മേടിച്ചു... പ്രതിപക്ഷത്തെത്തടുക്കാൻ ചൈനേല്പ്പോലും മേടിക്കാൻ കിട്ടാത്ത ഇന്ത്യൻ നിർമ്മിത ചൈനാവിദഗ്ധരെ ഭരണ പക്ഷം മൊളപ്പിച്ചെറക്കി.!

എന്റെ തേൻചുംബനം ഏൽക്കാൻ ഇനി ആ മറുകില്ലെന്നോർത്ത് ചുണ്ടുകൾ പിളർന്ന് തേൻ താഴേയ്ക്കൊഴുകി... തേനെന്താ, തേങ്ങാക്കൊലയെന്താന്നറിയാത്ത ചാരച്ച മറുകുകൾ ചോരകുടിച്ചു മദിച്ചു മദോന്മത്തരായി വർഷയുടെ തലയിൽ ഓടിപ്പിടിത്തം കളിച്ചു.

മോസ്ക്കൊര

മോസ്ക്കോയിൽ പട്ടികൊരച്ചു. ഒരൊറ്റക്കൊര... കൊരേന്നു വച്ചാ അതൊരു കൊരതന്നായിരുന്നു. മോസ്കോ മുഴുവനൊണന്നു. ഒരൊറ്റ സ്വിച്ചിൽ മോസ്ക്കോയിലെ മൊത്തം ലൈറ്റും കത്തി!! കൊരച്ച പട്ടീടെ കണ്ണില് ലൈറ്റടിച്ച് കണ്ണിന്റെ ഫിലമെന്റടിച്ചുപോയി.!!! രാത്രി കഴിച്ച സൂപ്പ് വ്യാജനോ മറ്റോ ആയിരുന്നോന്ന് ആലോചിച്ച് വാലുമുറിഞ്ഞ പട്ടി തലേല് കൈവച്ചു. നാളെ ഞാറാഴ്ചയായിട്ട് ഇനി ഏത് മൃഗാശുപത്രി തൊറക്കുമെന്നോർത്ത് പട്ടി മുറിഞ്ഞവാലിൽ കുത്തി ഇരിക്കാൻ ശ്രമിച്ചു. വാല് നൊന്തു... എട്ടുകട്ടേല്ക്കൊരച്ച അണ്ണൻ എട്ടരക്കട്ടേല് മോങ്ങി.

പട്ടി അങ്ങോട്ട് മോങ്ങിയത് ഭാസ്ക്കരപിള്ളയദ്യത്തിനങ്ങോ പിടിച്ചില്ല.! ഇക്കണ്ടകാലമത്രേം മോസ്ക്കോയിൽപോയിക്കെടന്ന് കഷ്ടപ്പെട്ടൊണ്ടാക്കിയെടുത്ത പണോം പത്രാസും ഈ പട്ടി കളഞ്ഞുകുളിക്കുവെന്നോർത്ത് അങ്ങേർക്ക് മനംപൊരട്ടി. ഒന്നുമില്ലേലും മോസ്ക്കോന്നെഴുതിവച്ചിരിക്കുന്ന ഈ വീട്ടിക്കെടന്ന് ഇങ്ങനെ മോങ്ങാവോ? അതും ഈ നട്ടപ്പാതിരായ്ക്ക്. അല്ലെങ്കിത്തന്നെ അസൂയമൂത്തതുങ്ങളാ ചുറ്റിനുവൊള്ളേ. കാലത്തു തന്നെ എണീറ്റ് അപ്രോമിപ്രോം കേറിയിറങ്ങിപ്പറേം ആ പാക്കരപിള്ളേരെ പട്ടികാരണം രാത്രി ഒറ്റപ്പോളക്കണ്ണടയ്ക്കാൻ പറ്റീല്ലെന്ന്. അങ്ങ് റഷ്യേന്നുകൊണ്ടുവന്ന പട്ടിയാപോലും... ചുമ്മാതാ... ഇത്... ഇവിടെങ്ങാണ്ട് കെടന്ന ഏതോ പട്ടിയെപ്പിടിച്ച് വാല് മുറിച്ചോണ്ടുവന്ന് കൂട്ടിക്കെടത്തിയതാന്ന് ആർക്കാണറിയാമ്പാടില്ലാത്തത്!!

നാട്ടുകാര് പറഞ്ഞേക്കാൻ സാധ്യതയൊള്ള കാര്യങ്ങളോർത്ത് ഭാസ്ക്കരപിള്ളയദ്യത്തിന് ദേഷ്യംകൊണ്ട് ശരീരം വെറച്ചു. വെറവലിന്റെ മൂർധന്യത്തിൽ ഉടുത്തിരുന്ന സിൽക്കിന്റെ കൈലിയുരിഞ്ഞ് താഴത്തുവീണു.!! ഒരിച്ചിരി സ്റ്റാറ്റസ് താഴെപ്പോയി.

പട്ടിക്കൂട്ടിനടുത്തുചെന്ന് റഷ്യൻബോണിനെ ശാസിക്കാൻ മനസ്സ് തിടുക്കി. നടുവെലങ്ങിയിരിക്കുന്ന കാരണം കൈലി കു

നിഞ്ഞെടുക്കാനും പറ്റുന്നില്ല. റഷ്യക്കാരി ഭാര്യേ വിളിക്കാംന്ന് വച്ചാ... വേണ്ട... പാതിരാത്രി റഷ്യൻതെറി താങ്ങാൻ പറ്റുമെന്ന് തോന്നുന്നില്ല. ലൈറ്റാണേ എല്ലാമിടുകേം ചെയ്തു. ഇനിയിപ്പം മിറ്റത്തെറങ്ങണേ ഇതൊന്നുടുക്കാതെ പറ്റുകേമില്ല. ഇവനിനി വേറേ വല്ല പട്ടിയേം കണ്ടാണോ കൊരച്ചേന്നും പറയാമ്പറ്റില്ല. തുണിയുടുക്കാതെയിറങ്ങുന്നത് എന്തായാലും റിസ്കാ!! ഷുഗറിത്തിരി മുന്തി നിക്കുന്നോണ്ട് എടയ്ക്കെടയ്ക്ക് മൂത്രമൊഴിക്കാനൊള്ളതാ...

നെലത്തുവീണ കൈലി ഒരു കാലുവച്ച് ചെറുതായി തോണ്ടി ഒന്നുപൊക്കി. കൈയുടെ അടുത്തുവരെ എത്തിയതാരുന്നു, അപ്പോഴേയ്ക്കും ഊർന്നുതാഴെപ്പോയി. ഒന്നുകൂടി നോക്കി. ങ്ഏഹേ.. ഒരു ലാസ്റ്റ് വട്ടംകൂടി.. അതുംപാളി.!! ഇനി ആ ഓപ്ഷൻ നോക്കണ്ട. പൊറത്തെ സെറ്റീല് വിരിച്ചിരുന്ന വിരിയെടുത്ത് അരേല് ചുറ്റി... ബാക്കിവന്ന നീളൻതുണി മാറത്ത്ചുറ്റി അമ്മിഞ്ഞ മറച്ചു... തുറന്ന കതക് ചാരാൻ നിക്കാതെ പട്ടിക്കൂടി നടുത്തേയ്ക്ക് നടന്നു. പട്ടിയോട് എക്സ്പ്ലനേഷൻ ചോദിക്കാൻ സംസ്ഥാനക്കമ്മറ്റിയുടെ തീരുമാനത്തിനുവിടാൻ!

പട്ടി ഭാസ്ക്കരപിള്ളയദ്ദേഹത്തെ ദയനീയമായി റഷ്യൻഭാഷയിൽ നോക്കി. മലയാളത്തി നോക്കിയാ അങ്ങേർക്ക് ഇനി ഇഷ്ടപ്പെട്ടില്ലെങ്കിലോ! അക്കാര്യത്തിലുള്ള വാശി സമ്മതിച്ചുകൊടുക്കണം. എല്ലാം റഷ്യനായിരിക്കണം.!!

കുടുംബത്തിലെ ഒട്ടിക്കെടന്ന കൊറേ വയറുകൾ ഫ്ളാറ്റാക്കിയതും കൊറേണ്ണം വീർപ്പിച്ചതും റഷ്യേന്നൊള്ള പണംകൊണ്ടാ... ഇന്ത്യയിലൊരു റഷ്യ വേണമെന്നുള്ള ഒറ്റ വാശിപ്പൊറത്താ വീട്ടുപേരുവരെ മോസ്കോ എന്നിട്ടേ.

റഷ്യൻ പ്രസിഡന്റ് പുട്ടിനോടുള്ള ആരാധന മൂത്ത് എന്നും കാപ്പിക്ക് പുട്ടും പഴോം മാത്രം!!

ഭാസ്ക്കരപിള്ളദ്ദേഹം കൂടിനടുത്തെത്തി. പട്ടി എന്തൊക്കെയോ റഷ്യനാംഗ്യങ്ങൾ കാണിച്ചു. മുറിവാലാട്ടാൻ പറ്റാത്തതുകൊണ്ട് വാല് വെറപ്പിച്ച് നന്ദി കാണിച്ചു. പട്ടിക്കൂടു മുഴുവൻ ഇന്ത്യൻ പട്ടിബിസ്ക്കറ്റു കണ്ട് പാസ്ക്കരപിള്ളയ്ക്കെന്തോ അരുതാത്തതു മണത്തു. വീടിന്റെ വാതിലിലേയ്ക്ക് നോക്കി. പട്ടി പിന്നെയും എട്ടുകട്ടയ്ക്ക് കൊരച്ചു. വാതുക്കൽ ഒരു കറുത്തരൂപം... ഒച്ചവയ്ക്കാൻ വാതുറന്ന ഭാസ്ക്കരപിള്ളേടെ വാ ഒരു കൈവന്നുപൊത്തി... പൊത്തിയ കൈ തട്ടിമാറ്റി പാക്കര

പിള്ള അലറിക്കരഞ്ഞു... പതിനാറു കട്ടയ്ക്ക്.. നല്ല പച്ച മലയാളത്തിൽ.!!! മോസ്ക്കോവിലെ പട്ടി കൂടെക്കൊരച്ചു. നല്ല കലക്കൻ റഷ്യൻ കൊര.. നല്ല ഒന്നാന്തരം മോസ്ക്കൊര!! നിഴലുകൾ മോസ്കോ വിട്ട് ഇരുളിൽ മറയുംവരെ.

എന്നെ തൊട്ട മണം

നാളെ വരുമ്പൊ എനിക്കെന്തേലും തിന്നാമ്മേടിച്ചോണ്ട് വന്നേയ്ക്കണം.. പ്രോട്ടീൻ റിച്ചായിട്ടുള്ള എന്തെങ്കിലും...

ആരാരിക്കും ഇങ്ങനെയൊക്കെ പറയണമെങ്കി...

ഞാനൊന്നു മൂളി.

അല്ലല്ലേ.. എന്തേലും വേണമെന്നുണ്ടെങ്കി തനിയേ മേടിച്ചോണ്ട് വന്നാപ്പോരേ? എന്തിനാ എന്നെ ഇതിലേയ്ക്കൊക്കെ വലിച്ചെഴയ്ക്കുന്നെ? വൈകിട്ടുവന്നപ്പോ ഒരു കിറ്റുനിറയെ എന്തൊക്കെയോ ഒണ്ടാരുന്നല്ലൊ! വല്ലതും തിന്നാൻ കാണുമെന്നുവച്ച് തൊറന്നുനോക്കിയപ്പോ ഒരു ടിന്നുപൗഡറും ഒരു സോപ്പും ഒരുകൂട് പേസ്റ്റും! ആർക്കു തിന്നാനാണോ എന്തോ! പൗഡർപൊട്ടിച്ച് അമ്മയും മോളും മണം പിടിച്ചു. പരസ്യം കണ്ട്മേടിച്ചതാ.!! ചമ്മി. പരസ്യത്തിലെ മണം അതിനില്ല.

ഏട്ടാ ഈ മണം ഇഷ്ടമായോ?

ഞാൻ കേട്ടതായി ഭാവിച്ചില്ല. എനിക്കിഷ്ടമാണീ മണം... ഇതാരുടെ മണമാണെന്ന് ഓർത്തെടുക്കാൻ പറ്റുന്നില്ല... മഞ്ജുവിന്റെയാണോ? അതോ പ്രിയയുടെയാണോ? അല്ലല്ല, മായേടെ തന്നെ. ഏയ്.. മനസ്സിലാണ് പറയാൻ ശ്രമിച്ചത്... പക്ഷേ ശബ്ദം അറിയാതെ പൊന്തി. പൊങ്ങിയ ശബ്ദം വായുവിൽനിന്ന് എടുത്തുവിഴുങ്ങാൻ ശ്രമിച്ചു.!!! നടന്നില്ല.

ഏത് മായേടെകാര്യമാ ഏട്ടാ?

എന്താവിശേഷം? ഏത് മായ?

മഴേടെ ശബ്ദമല്ലേ അത്.. നോക്കിയേ തുണിയൊക്കെ പൊറത്തുകെടക്കുവാ... എളുപ്പം പോയെടുത്തേ..

അമ്മയും മോളും അമ്മൂമ്മയും എല്ലാംകൂടി മഴ കാണാനും തുണിയെടുക്കാനുമായി മുറ്റത്തേയ്ക്ക്..

എന്ത് മഴ... ഏത് മഴ..

എപ്പോഴും വിചാരിക്കും നൊണപറയരുതെന്ന്.!! എന്താന്നറിയില്ല, വാ തൊറന്നാ അതേ പൊറത്തുവരൂ.

മോൾ എന്തെങ്കിലും പറയുമ്പോൾ ഞാൻ പറയും പോടീ വെറുതേ പുളു പറയാതേ..

നീ പുളു, നിന്റെ അമ്മ പുളുപുളു... അമ്മൂമ്മ പുളു പുളു പുളു...

അവളുടനേ പറയും

അച്ഛൻ പുളു അച്ഛൻതന്നെ പുളു.. പുളു.. അച്ഛൻതന്നെ പുളുത്തു പുളുത്തു പുളു എന്ന്.

ഇപ്പവരും എല്ലാരുംകൂടെ... മഴ കാണാതെ.. ശകാരമഴയുമായി.. ഏത് കുട ചൂടിയാലും രക്ഷപ്പെടാനാവില്ല. ഇങ്ങട്ടാക്രമിക്കും മുമ്പ് അങ്ങട്ടാക്രമിക്കണം. അതാണ് ബുദ്ധി. ലോകത്തെ എല്ലാ ആൺകള്ളന്മാരും പെൺകള്ളികളും സ്വന്തം കുറ്റം മറയ്ക്കാൻ പ്രായഭേദമെന്യേ ഉപയോഗിക്കുന്ന ചാണക്യതന്ത്രം.!!

വെറുതേ പരസ്യംകണ്ട് ഓരോന്ന് മേടിച്ചോണ്ട് വരും... എന്തൊക്കെ സാധനങ്ങളാണ് വെറുതേ മേടിച്ച് പൊടിപിടിച്ചു കളയുന്നത്. ഇന്നാള് മേടിച്ച തയ്യൽമെഷീൻവച്ച് ഒരു തുണി നീ ഇതുവരെ തയ്ച്ചാരുന്നോ? അതിന്റെ സൂചി താഴോട്ട്പോയാപ്പിന്നെ തിരിച്ചുകേറിവരുന്നത് ഞാൻ കണ്ടിട്ടില്ല ഇതുവരെ.. ഒരു വാക്വംക്ലീനർ മേടിച്ചിട്ട് അതിനകത്ത് കുത്തിക്കേറ്റീട്ടുപോലും ഒരുപൊടി കേറിപ്പോകുന്നത് ഞാൻ കണ്ടിട്ടില്ല. ഇൻഡക്ഷൻ കുക്കർ അഞ്ഞൂറുലുവാ ലാഭംനോക്കി മേടിച്ചിട്ട് അത് ഓൺ ചെയ്തപ്പോൾ ഇവിടത്തെ രണ്ട്മുറിയിലെ വയറിങ് മാറ്റിവയ്ക്കേണ്ടിവന്നില്ലേ, എടീ വന്നില്ലേന്ന്?

ഏട്ടാ ഞാനൊന്ന് പറയട്ടേ?

ആദ്യം ഞാൻ പറഞ്ഞുതീരട്ടേ. എന്നിട്ട് മതി... ഞാൻ പറഞ്ഞിട്ട് സംസാരിച്ചാമതി.. അല്ലെങ്കിത്തന്നെ നീ തന്നെയല്ലേ എപ്പഴും സംസാരിക്കുന്നത്... എന്റെ വായിലും നാക്കുണ്ടെന്ന് നാട്ടുകാരറിയട്ടേ.

ഏട്ടാ ഒന്ന് പതുക്കെ..

എന്തിനാ പതുക്കെ? നിന്റെ സംസാരം സഹിക്കാൻ വയ്യാത്തോണ്ടല്ലേ നിന്നെ ഇത്രേംദൂരെ വീട്ടുകാര് കെട്ടിച്ചുവിട്ടത്... എന്താ ഒന്നും പറയാനില്ലേ? കഷ്ടപ്പെട്ടുണ്ടാക്കുന്ന പൈസയാ! ഒരു പഡുവറും മേടിച്ചോണ്ട് വന്നിരിക്കുന്നു. ഒരുകാര്യം ചെയ്യ്. കൊണ്ടുപോയി ഉറുമ്പിൻമാളത്തിൽകൊണ്ടിട്... അതെങ്കിലും ചാവട്ടെ... പൈസയ്ക്ക് എന്താ ഒരു വെലേമില്ലേ? ഇനി എത്ര ദെവസമുണ്ണാതിരുന്നാൽ ഇത്രേം പൈസ തിരിച്ചുപിടിക്കാൻ പറ്റു

മെന്നറിയാമോ? ഞാൻ ഉണ്ണാതിരിക്കുന്ന കാര്യം പറഞ്ഞിട്ട് നെനക്കൊരു സങ്കടവുമില്ലേ?

ഇല്ല

ഇല്ലേ? ഇല്ലെങ്കിക്കേട്ടോ.. എന്ത് സംഭവിച്ചാലും ഞാനുണ്ണാതിരിക്കില്ല... നോക്കിക്കോ..!!

മതി. കൂടുതൽ പറയണ്ട ഈ പൗഡറല്ലേ പ്രശ്നം. ഇതങ്ങു കളഞ്ഞേക്കാം... പിന്നേ ഒരു കാര്യം.. ഈ വീട്ടിലേക്കുവേണ്ട സാധനങ്ങളൊക്കെ ഇനി തന്നേ പോയി മേടിച്ചാ മതി... എന്നെക്കൊണ്ട് പറ്റത്തില്ല... അറുത്തകൈക്കുപ്പുതേയ്ക്കാത്ത...

ഞാനൊന്നും പറയുന്നില്ല.. ഞാനങ്ങ് സംനമനം പാലിക്കുവാ.

ആരോടും പറയണ്ട, പുള്ളിക്കാരിക്ക് സംയമനം എന്ന് പറയാനറിയില്ല.

ദൈവമേ പണി പശുവിൻ പാലിലല്ല പൗഡറിലാണല്ലോ കിട്ടിയത്! കടയിൽപോയി ഇനിമുതൽ ഞാൻതന്നെ സാധനങ്ങൾ വാങ്ങിക്കേണ്ടിവരുമോ? എനിക്കാണെങ്കി കടേ പോകുന്നതുതന്നെ ഇഷ്ടമല്ല. പിന്നെയാണ് സാധനങ്ങൾ മേടിക്കുന്നത്!, രക്ഷപ്പെടാൻവേണ്ടി ഒരു വെടിവച്ചാമതിയാരുന്നു. എ.കെ. 47 എടുക്കണ്ടാരുന്നു.!!!

ഇത്രേ പറഞ്ഞ് സേതു ചാടിത്തുള്ളി പുറത്തേയ്ക്ക്.. അമ്മേടെ വാലിൽപിടിച്ചോണ്ട് മോളും.. വഴക്ക് കോംപ്രമൈസാക്കാൻ കർട്ടന്റെ പിറകിൽവന്ന അമ്മയെ കൂട്ടിയിടിക്കുന്ന ശബ്ദവും രണ്ട് കരച്ചിലും പിന്നാലേ കേട്ടു... ഒന്നും വേണ്ടാരുന്നു. ഇനി പറഞ്ഞിട്ടുകാര്യമില്ല. അവൾ ചെലപ്പോ ഇപ്പോ തിരിച്ചുവരും കൂടുതൽ ശക്തി സംഭരിച്ച്.. അതുവരെ അൽപ്പം വിശ്രമിക്കാം. വീട്ടിൽ ഒലക്കയില്ല എന്നതുമാത്രമാണൊരാശ്വാസം!

ദീർഘനിശ്വാസത്തോടെ ഞാൻ കട്ടിലിലേയ്ക്കുനോക്കി. ഒന്നുമറിയാതെ ഒരു പൗഡർ ടിൻ.!!! അതിന്റെ മണം വീണ്ടും എന്നെ ഉത്തേജിപ്പിച്ചു... എല്ലാംമറന്ന് ഞാൻ വീണ്ടും ഓർമ്മകളിലേയ്ക്കൂളിയിട്ടു. എന്നാലും.. ഇതാരുടെ മണമായിരുന്നു?

ബെൽ

അവനെക്കുറിച്ച് യാതൊരു വിവരോല്ലത്രേ.!! ഇനി അന്വേഷിക്കാനൊരിടോല്ലാന്ന്! അവളുവല്ലോംചെയ്തതാണോന്നു വരെ കേക്കണൊണ്ട്. ആളോള് പറേണതല്ലെന്നേ. ഇന്നത്തെ പത്രത്തി വെണ്ടക്കാമുഴുപ്പി നെരത്തീട്ടൊണ്ട്. ഇനി എന്തൊക്കെ കേക്കേണ്ടിവരുമോ ദേവ്യേ!.. നല്ല തങ്കംപോലത്തെ കൊച്ചനാരുന്നു. എപ്പക്കണ്ടാലും അമ്മച്ചീ സുഖാണോന്ന് ചോദിച്ച് പത്തുരൂപാക്കാശ് തരാതെ പോവില്ല... അവള്.. ആ പൂതന.. എന്തിനാണാവോ ഇത് ചെയ്തേ. അവടെതലേ ഇടിത്തീ വീഴണേ...

പതിയെപ്പതിയെ ഞാനസ്വസ്ഥനായി... എന്റെ ഭാവമാറ്റം ശ്രദ്ധിച്ചോ എന്തോ, ജാനൂമ്മ പതിയെ സ്വരം താഴ്ത്തി പിറുപിറുത്തുകൊണ്ട് നടന്നകന്നു. ഞാൻ കണ്ടതല്ല. അവരുടെ ഒച്ച അകന്നുപോകുന്നത് ഞാൻ അറിയുന്നുണ്ടായിരുന്നു.

എവിടെയോ ഒരു വിങ്ങൽ.. അവനെനിക്ക് ആരുമല്ലായിരുന്നു... കാണുമ്പോൾ അവന്റെ പൊങ്ങച്ചങ്ങൾ കേൾക്കാൻ ക്ഷമയോടെ നിന്നുകൊടുക്കുന്ന വെറുമൊരു കേൾവിക്കാരൻ... പൊങ്ങച്ചം കേൾക്കാനിഷ്ടമുണ്ടായിട്ടല്ല. എന്നാലും അവൻ പറയുന്നത് കേൾക്കാൻ രസമാണ്... കേട്ടിരിക്കാൻ തോന്നും.. ഒരു കാര്യംതന്നെ എത്രതവണ ഞാൻ കേട്ടിട്ടുണ്ടോ എന്തോ! എങ്കിലും വിരസമാവില്ല... വാക്കുകളും.. ചലനങ്ങളും.. ഏതായാലും അത്രടംവരെയൊന്നു പോണം... അവനൊന്നും പറ്റിക്കാണില്ലെന്ന് മനസ്സ് പറയുന്നു.

അവനെക്കാളും എനിക്കടുപ്പം അപ്പനോടാണ്. കാർന്നോര് കൊറേ ഒണ്ടാക്കീട്ടൊണ്ട്. ഇന്നാളുകണ്ടപ്പോഴുംപറഞ്ഞു, മൂത്തോനാണേ ഇതിന്റേന്നുമാവശ്യമില്ല... അവൻ പഠിക്കാൻവിട്ടപ്പോ പഠിച്ചു. അമേരിക്കേ പോയി. അവിടെ ഒരു മദാമ്മേം കെട്ടി സ്വസ്ഥമായി കഴിയുന്നു. അവൻ പഠിച്ച കോളേജീത്തന്നെ ഇവനേം കൊണ്ടുചേർത്തു... പറഞ്ഞിട്ടെന്താ? എടയ്ക്കെടയ്ക്ക് കോളേജീന്ന് വിളിക്കും.

സണ്ണീടനിയനാന്നും പറഞ്ഞാ മാർക്ക് കൊറവായിട്ടും ഇവിടെ അഡ്മിഷൻ കൊടുത്തത്. ഇവനിപ്പം ഇവിടൊള്ള പിള്ളാരേംകൂടെ ചീത്തയാക്കുവാ.!! അച്ചായാ എവനെ എങ്ങനേലുമൊന്ന് വിളിച്ചോണ്ടുപോ.

എന്റെ പൊന്നുസാറേ, ഒരു തവണേംകൂടി ഒന്ന് ക്ഷമി... എല്ലാം നേരേയാവും. അവനിപ്പം മോശം സമയമാ, അതോണ്ടാ.!!

എടയ്ക്കൊരു ദെവസം വീട്ടിവിളിച്ചുപറഞ്ഞു. അപ്പാ ഗോവേ ടൂറു പോണംന്ന്... കൊറച്ച് കാശയച്ചുതരാൻ.

പ്ഫാ, എരണം കെട്ടവനേ. നെന്നെ പടിക്കാൻവിട്ടാ പടിക്കണം. നെന്റമ്മേ കെട്ടിക്കാൻ വച്ചിരുന്ന കാശൊന്നുമില്ല എന്റെ കയ്യീത്തരാൻ... വയ്ക്കെടാ ഫോൺ..

എന്റെ കുട്ടാ അവിടംകൊണ്ട് തീർന്നെന്ന് വിചാരിച്ചതാ... ഇല്ല. ഒരാഴ്ചകഴിഞ്ഞപ്പോ അടുത്ത വിളി.

അപ്പാ ഞാൻ ഗോവേലാ. പൈസയൊക്കെ തീർന്നു. തിരിച്ചുവരാൻ കാശില്ലാന്ന്.

മോനായിപ്പോയി.!!! വേറേ വഴിയില്ലല്ലൊ. ഇപ്പം പഠിത്തം കഴിഞ്ഞ് വന്നിട്ടൊണ്ട്. പകുതിപ്പേപ്പറും ഇപ്പഴും എഴുതാനൊണ്ട്. അതിന്റെ അഹങ്കാരോന്നുമവനില്ല.. എന്റെ ഖദറുഷർട്ടുമിട്ടോണ്ട് ബുള്ളറ്റുമെടുത്ത് രാവിലേ പോയാ പിന്നെ ഉച്ചയ്ക്ക് ഉണ്ണാറാവുമ്പോ കേറിവരും. ഒരുകിലോ കാളേറച്ചി ഒറ്റ ഇരിപ്പിനിരുന്നു തിന്നും. പഠിത്തം കഴിഞ്ഞ് സർട്ടിഫിക്കറ്റൊന്നും കൊണ്ടുവന്നില്ലേലും കൂടെ പഠിച്ച ഏതോ കൊള്ളാവുന്ന വീട്ടിലെ ഒരു പെങ്കൊച്ചിനേം വിളിച്ചോണ്ടാ വന്നേ.!! എടാ വേലേം കൂലീമൊന്നുമില്ലാത്ത നീ എങ്ങനെ ഇതിനെപോറ്റുവെടാ?

അപ്പാ നമുക്ക് നൂറേക്കറ് തോട്ടമില്ലേ? ഇനി അപ്പൻ കഷ്ടപ്പെടണ്ട. ഒക്കെ ഞാൻ നോക്കിക്കോളാം... പക്ഷേ.. അപ്പനൊരാന മണ്ടനാ. നമ്മുടെ പറമ്പിനോട് ചേർന്നുള്ള ആ നൂറേക്കറു കൂടെ അപ്പനങ്ങു മേടിക്കാരുന്നു. ഇനി പറഞ്ഞിട്ടൊരുകാര്യോമില്ല. മണ്ടനപ്പൻ!

എന്റെ കുട്ടാ, വീടുവിട്ട് ഒളിച്ചോടി ഞാനും റാഹേലുംകൂടി ഇവിടെവന്നുകഷ്ടപ്പെട്ടൊണ്ടാക്കീതാ ഇതൊക്കെ. ഇവന് ഇതെങ്ങാനുമറിയാമോ... കഴുവേറി!

ആരൊക്കെയോ അവിടവിടെ നിന്ന് എന്തൊക്കെയോ കുശുകുശുക്കുന്നു. എന്നെക്കണ്ടതും കാർന്നോര് ഉമ്മറത്തൂന്ന് മുറ്റത്തേയ്ക്കിറങ്ങിവന്നു. ഒന്നൂല്ല കുട്ടാ... അവനെവിടെയോ

സർക്കീട്ടുപോയതാ... ഇന്നേതായാലും വിളിക്കാണ്ടിരിക്കില്ല... അപ്പാ, ഞാനൂട്ടീലാ... കാശൊക്കെത്തീർന്നു... തിരിച്ചുവരാൻ കാശയച്ചുതരാൻ പറേം... എന്റെ മൊബൈലീ വിളിക്കില്ല. ഞാൻ ചീത്തപറേമെന്നുപേടിച്ച്... ലാന്റ് ഫോണിലാരിക്കും വിളിക്കുന്നേ. അമ്മച്ചിയോട് പറേവാരിക്കും...

അയാളുടെ ശബ്ദം ദുർബലമാകുന്നത് ഞാനറിയുന്നുണ്ടാരുന്നു... എങ്ങനെ ആശ്വസിപ്പിക്കും ഞാനീ വൃദ്ധനെ?... ഉള്ളിൽ തിങ്ങിനിറഞ്ഞവാക്കുകൾ വാചകങ്ങളാക്കുന്നതിൽ പരാജയപ്പെടുന്നത് ഞാനറിഞ്ഞു... ഞാനയാളെ എന്റെ നെഞ്ചോടുചേർത്തുപിടിച്ചു... ഒട്ടും ഭാരമില്ലാത്ത ഒരു പഞ്ഞിക്കെട്ടുപോലെ തോന്നി എനിക്ക്... പതിയെ പഞ്ഞിക്കെട്ടിന് ഭാരമേറുന്നത് ഞെട്ടലോടെ ഞാനറിഞ്ഞു.

...നെഞ്ചിലേയ്ക്ക് തണുപ്പ് അരിച്ചിറങ്ങുംപോലെ.. എന്റെ ഞെട്ടലിനാക്കംകൂട്ടി അകത്തളങ്ങളിലെവിടെയോ ലാൻഡ് ഫോൺ ഉച്ചത്തിൽ കൂട്ടമണിയടിച്ചു

നിള

ഞാൻ മാറിയിരിക്കണോ?

എന്തിനെന്ന് വെറുതേ ചോദിക്കാമായിരുന്നു. എന്തോ അങ്ങനെ ചോദിക്കാൻ രണ്ടാൾക്കും തോന്നിയില്ല. അല്ല, എത്ര നേരമാ ഇങ്ങനെ വെറുതേ നോക്കി വീർപ്പുമുട്ടുന്നതെന്ന് വിചാരിച്ച് ചോദിച്ചെന്നേയുള്ളു. അല്ലെങ്കിവേണ്ട.. നിങ്ങളിരിക്ക് ഞാൻ പോയിട്ട് കുടിക്കാൻവല്ലതും കിട്ടുമോന്ന് നോക്കട്ടെ.

എനിക്കുംകൂടി... വേണ്ട. പറയണ്ട. അവൾ പെട്ടെന്ന് മടങ്ങി വന്നാലോ!

വരണ്ടുണങ്ങിയ ചുണ്ടുകൾ നാക്കുകൾകൊണ്ട് നുണഞ്ഞു

ലച്ചൂ.. ഒന്നുനിന്നേ. നീ വരുമ്പോ വണ്ടിയിൽനിന്ന് ആ മൊബൈലിന്റെ ചാർജ്ജറും കൂടി എടുത്തേക്കുമോ?..

അതെന്തിനാപ്പാ ഇപ്പം ഒരു ചാർജറ്? രാവിലേ ഫുൾ ചാർജ് ചെയ്തിട്ട് ഞാനാണല്ലോ ഫോൺ ഊരിയത്..! പേടിക്കണ്ട. ഞാൻ പതിയേ വരൂ. പോരേ?

ലച്ചു ചിരിച്ചു. ഞാനും!

ഓരോരുത്തരായി വന്നുതുടങ്ങീട്ടേ ഒള്ളു. പെട്ടെന്ന് ആരുടേം കണ്ണിൽപ്പെടാതിരിക്കാനാണ് ഇവിടെ വന്നിരുന്നത്. ഇപ്പോൾ ഞങ്ങൾ മാത്രമായി. മൗനത്തിന് കനമേറിവരുന്നു. ലച്ചു പോകേണ്ടിയിരുന്നില്ല. ഒരുനൂറ് ചോദ്യങ്ങളുണ്ട് മനസ്സിൽ... എല്ലാം ആദ്യം ചോദിക്കേണ്ടവതന്നെ... അതു തന്നെയാവുമോ അയാളുടെ മനസ്സിലും. അന്നും ഇതുതന്നെ. ഇങ്ങനെ തന്നെ.. ചോദിക്കാൻവന്ന ചോദ്യങ്ങളൊന്നും പുറംലോകം കാണാതെ ഉള്ളിലെ നെരിപ്പോടിൽ എരിഞ്ഞുതീരും... അയാളെകാണുമ്പോൾത്തന്നെ എല്ലാത്തിനും ഉത്തരം മനസ്സിൽ നിറയും... എത്രനാഴികകൾവേണമെങ്കിലും ഒന്നും മിണ്ടാതെ അയാൾക്കരികിൽ... അന്നുമിങ്ങനെ... മഞ്ഞായുറഞ്ഞ് മൗനം മറ്റാർക്കും കാണാനാകാതെ.. കടലാഴങ്ങളോളം ഉറഞ്ഞ് സ്നേഹത്തിന്റെ മഞ്ഞുമല.

ജോണല്ലേ അത്. ജോ.. വേണ്ട. ഇപ്പോ വിളിക്കണ്ട. ഇപ്പോ

ആരും കാണണ്ട... ഇതുപോലെ വീർപ്പുമുട്ടിയ ഒരുവേള ജോണിനോടല്ലേ എല്ലാം പറഞ്ഞത്. അയാൾ എനിക്കെന്താണെന്ന്.. അയാളില്ലാതെ ഞാനില്ലായെന്ന് ആരോടും ഒരു പേടിയും കൂടാതെ ഇഷ്ടമാണെന്ന് പറഞ്ഞുനടക്കുന്ന ഞാനെന്താണ് അയാൾക്കുമുന്നിൽ മാത്രം പതറുന്നത്? ഒന്ന് മുഖത്തേയ്ക്ക് നോക്കാൻപോലും കഴിയാത്തത്.. ഇത്രവർഷം കഴിഞ്ഞിട്ടും കാലമെന്തേ എനിക്കിതിന് കരുത്തുതരാത്തത്.

അവിടാരാ രണ്ടുപേരിരിക്കുന്നത്.. നമ്മുടെ കൂട്ടത്തിലുള്ള ആരെങ്കിലുമാണോ? ആയിരിക്കുമല്ലൊ. ഇന്നിവിടെ നമ്മൾ ബുക്ക് ചെയ്തതല്ലേ?.. ആഹാ, രണ്ടാളും ഇവിടെവന്നിരിക്വാണോ?ഫാമിലിയോന്നും കൊണ്ടുവന്നില്ലേ?

അത് പിന്നെ സിബിനേ, ലച്ചു വണ്ടീന്നെന്തോ എടുക്കാനങ്ങോട്ടുപോയി. ഇയാളൊറ്റയ്ക്കാ... ഹസ്ബെന്റ് കൊണ്ടുവന്ന് വിട്ടിട്ടുപോയി. പുള്ളിയ്ക്കന്തോ അത്യാവശ്യമൊണ്ട്... വൈകിട്ട് പരിപാടികഴിഞ്ഞ് ആ വഴിക്കാരെങ്കിലുമൊണ്ടേ ഒന്ന് ഡ്രോപ്പ് ചെയ്താമതി. വേറേ ആരൊക്കെവന്നു? ഞാനിതുവരെ അങ്ങോട്ടുവന്നു നോക്കീല.

നോക്കാതിരുന്നത് നന്നായി.. നിങ്ങളെന്തായാലും സംസാരിച്ചിരിക്ക്.. പറയാൻ കൊറേ കാണുവല്ലൊ. ഞാനായിട്ടാരേം ഇങ്ങോട്ട് പറഞ്ഞുവിടില്ല. ഞാനാ സ്റ്റേജിന്റെ ഡക്കറേഷനൊക്കെ ഒന്നു നോക്കട്ടെ. ഗണേഷ് ഒരു പത്തുമിനിട്ടിനകം എത്തുമെന്നു പറഞ്ഞു. അപ്പഴത്തേക്ക് തൊടങ്ങാം.

എന്തൊണ്ടെടോ, എന്താ താനൊന്നും മിണ്ടാത്തേ? എന്റെ പൊന്നോ ഒന്നും മിണ്ടണ്ട.. എല്ലാം അങ്ങോട്ട് പറഞ്ഞാ മതി. ഞാനവിടെച്ചോദിച്ചോളാം.. നടക്കട്ടെ.

മൗനം വീണ്ടും കോട്ടകൊത്തളങ്ങൾ തീർത്തു.

ഏതൊക്കെയോ വാഹനങ്ങൾ പുറത്തുവന്നുനിൽക്കുന്ന ശബ്ദങ്ങൾ.

പരിചിതമായിരുന്ന ശബ്ദങ്ങൾ. എഴുന്നേറ്റുപോയിനോക്കാൻ മനസ്സനുവദിക്കുന്നില്ല. ഏതൊക്കെയോ ചങ്ങലകൾ വലിഞ്ഞു മുറുക്കിയിരിക്കുമ്പോലെ.

എന്തുചോദിക്കണം അയാളോട്.??

തനിക്കുസുഖമാണോ എന്നോ? എന്നെ എപ്പോഴെങ്കിലും സ്നേഹിച്ചിരുന്നോ എന്നോ?.. എന്തിനായിരുന്നു ഒരു വാക്ക് പോലും പറയാതെ തനിച്ചാക്കി പോയതെന്നോ? ഞാനില്ലാതാ

യത് ഒരിക്കലെങ്കിലും തിരിച്ചറിഞ്ഞിട്ടുണ്ടോയെന്നോ?എന്റെ മുന്നിൽ വീണ്ടും വരാൻ എങ്ങനെ ധൈര്യംവന്നുവെന്നോ? അതോ, ഇപ്പോഴും എന്നെ സ്നേഹിക്കുന്നുണ്ടോ എന്നോ?

വലിഞ്ഞുമുറുകിയ മുഖത്തോടെ ഞാനയാളെ നോക്കി... എന്നെത്തന്നെ ഇമ ചിമ്മാതെ നോക്കിയിരിക്കുന്ന രണ്ടുകണ്ണുകൾ... ഒരായിരം ഉത്തരങ്ങളുമായി..

ഏട്ടാ ഗണേഷേട്ടനാ, എവിടെപ്പോയിക്കെടക്കുവാന്ന്... പരിപാടി തൊടങ്ങാൻ പോകുവാന്ന്..

ലച്ചുവാണ്.

ഇനിയും കാക്കാനെനിക്കാവില്ല. മൗനത്തിന്റെ ചീട്ടുകൊട്ടാരം പൊളിച്ച് ആ ചോദ്യം അവളുടെ ഹൃദയം തുളച്ചു.

എന്തിനായിരുന്നുകുട്ടീ ഒന്നും മിണ്ടാതെ അന്ന് നീ പോയത്??

അവളൊന്നു മന്ദഹസിച്ചു. എന്റെ കവിളിൽ പ്രണയത്തോടെ തലോടി... പതിയെ ഇരിപ്പടം വിട്ടുയർന്ന് തിരികെ നടന്നു.. തിരക്കിലേയ്ക്കൂളിയിടാൻ.. ഒന്നും മിണ്ടാതെ.. പിന്നെയും...

അപ്പൂപ്പൻ താടി

അനൂ. ഞാനിന്ന് എന്തൊക്കെയോ എഴുതാൻ ശ്രമിക്കുകയാണ്. എനിക്കറിയില്ല അതെത്രത്തോളം ഭംഗിയാക്കാനാകുമെന്ന്... എഴുതാനുള്ള പേനയ്ക്കും കടലാസിനുമായിപ്പോലും പതിവില്ലാതെ ഞാൻ പരതിയപോലെ.. ഒരിക്കൽ നിന്നെ അറിയാൻ എന്റെ ഉള്ളം വെമ്പിയപോൽ... പാദങ്ങൾ എവിടെ ഉറപ്പിച്ചുനിർത്തണമെന്നുപോലും എനിക്ക് തിരിച്ചറിയാനാകുന്നില്ലല്ലൊ. നിനക്കറിയാമായിരുന്ന നിന്റെ പപ്പനിലേയ്ക്ക് ഇനിയുമെന്തുദൂരം മുന്നോട്ടോ പിന്നോട്ടോ ഓടണമെന്നുകൂടി എനിക്ക് നിശ്ചയം പോര... ഇതൊന്നും ഞാൻ മനപ്പൂർവം സൃഷ്ടിച്ചതല്ലല്ലൊ. ഏത് നിമിഷമാണ് ദൈവമേ എനിക്കവിടെ ചെല്ലാൻ തോന്നിയത്! മനസ്സും ശരീരവും മുഴുവനർപ്പിച്ചിട്ടും പഴികൾ കേട്ടത്!! ആളുകൾക്ക് എങ്ങനെയാണ് ഇങ്ങനേക്കെ പെരുമാറാൻ സാധിക്കുന്നത്. ഒരിക്കലും കാണാത്തപോലെ!

അനൂ നിനക്ക് തിരക്കില്ലല്ലൊ... മറ്റാരോട് പറയാൻ പറ്റും. എനിക്കിങ്ങനെ...

എന്താ കുട്ടീ നിന്റെ മുഖം പെട്ടെന്ന് വാടിയത്? ഞാൻ വെറുതേ ചോദിച്ചതല്ലേ.. എനിക്കറിയാം നിനക്കെന്നെ മടുക്കില്ലെന്ന്. ക്ഷമിക്ക്... എങ്കിലും ഞാൻ വീഴുമെന്നുതോന്നിയപ്പോ എല്ലാരും എന്റെകൂടെ നിന്നില്ലേ?കൂടെനിന്ന് ആശ്വസിപ്പിച്ചില്ലേ? അവരെയൊക്കെ എത്രസ്നേഹിച്ചാലാ അതിനൊക്കെ പകരമാകുക. എത്രകൈകളാണെന്നെ പിടിച്ചുയർത്തിയത്!അതൊന്നും ഒരിക്കലും മറക്കല്ലേ എന്ന പ്രാർത്ഥന എപ്പോഴുമുണ്ട്.

പിന്നേ ഇന്നു ഞാൻ സീനാമ്മേ കണ്ടു. ഒട്ടും പ്രതീക്ഷിക്കാതെ. പഫ് ഒള്ള ഉടുപ്പൊക്കെയിട്ട് ഒരുമാതിരി എഴുപതുകളിലെ സിനിമാനടിമാരെപ്പോലെ... ഒരു നുള്ള് സൗന്ദര്യം കൂടീട്ടൊണ്ട് കൊച്ചിന്.!! പഴേ വിശേഷമൊക്കെ പറഞ്ഞപ്പഴാപറഞ്ഞെ; സന്തു പറഞ്ഞത്രേ... പപ്പൻ പണ്ട് ഇങ്ങനേന്നുമല്ലാരുന്നു. എന്താ ഇപ്പം പറ്റിയേന്ന്! ശരിക്കും പറഞ്ഞാ സന്തൂനെ എട

യ്ക്കെപ്പൊഴോ ഒന്നുകണ്ടാരുന്നു. ഞാൻ മര്യാദയ്ക്കൊന്നു സംസാരിച്ചുകൂടിയില്ല. അവന് സങ്കടമായിട്ടൊണ്ടാവും. ഞാനപ്പം ഏത് ലോകത്തായിരുന്നിട്ടൊണ്ടാകുമോ എന്തോ. പുതിയസ്ഥലത്തേയ്ക്ക് മാറീട്ട് ശരിക്കും പറഞ്ഞാൽ ഒന്നുസെറ്റായി വരുന്നതേ ഒണ്ടായിരുന്നൊള്ളു. അതിനെടേലാണ് അമ്മായി വിളിച്ചിട്ട് എന്തൊക്കെയോ ചെയ്യുന്ന കാര്യം പറഞ്ഞത്. അതും തെരക്കിനെടേ വിട്ടുപോയി. അതിന്റെ പെണക്കം എന്തായാലുമൊണ്ടാവും.

അനൂ ഒരുകാര്യം പറഞ്ഞാ ചെയ്യുമോ? നീ ഇത്തിരി നേരംകൂടി എന്റടുത്തുതന്നെ ഇരിക്കുമോ?

എന്നെ ഒന്ന് മുറുകെപ്പിടിച്ച്... എപ്പഴൊക്കെയോ ഒറ്റയ്ക്കായിപ്പോവുന്നൂന്നൊരു തോന്നൽ.. വെറുതേ തോന്നുന്നതാണെന്നറിയാം... അകത്ത് പിടിപ്പത് പണിയുണ്ടെന്നറിയാം. ഞാനിപ്പം ഒന്നും ചെയ്തുതരുന്നില്ലെന്ന് എനിക്ക് നന്നായിട്ടറിയാം. എന്നോട് ദേഷ്യമൊന്നുമില്ലല്ലോ..

മഴ വരുന്നൊണ്ട്.. നമുക്കീ പടിക്കലൂന്ന് അകത്തേയ്ക്ക് കേറിയിരിക്കാം. അമ്മ എപ്പഴും പറയും ത്രിസന്ധ്യക്ക് ഉമ്മറപ്പടിക്കലിരിക്കരുതെന്ന്. പുല്ലാട്ടായിരിക്കുമ്പോ മഴയത്ത് കട്ടൻ ചായയും ചുട്ട പപ്പടവും കഴിച്ചോണ്ട് അപ്പൂപ്പൻ കഥ പറഞ്ഞുകൊടുക്കുന്നത് അമ്മ ഇന്നലെക്കൂടെ പറഞ്ഞതേയൊള്ള്.

ഇതെങ്ങനെ ഇത്രപെട്ടെന്ന് കട്ടൻ... ശരിക്കും ഞാനാഗ്രഹിച്ചിരുന്നു... അനൂ, സുജാമ്മേ ശരിക്കും മിസ് ചെയ്യുന്നുണ്ട്. വീട്ടിലെത്രാള് വന്നാലും കഴിക്കാനിരിക്കുമ്പോ എത്രവയ്യെങ്കിലും, മോനേ, നെനക്കെന്തൊടാ വേണ്ടേ? നറച്ച് കഴിക്കണേന്ന്..

തൊണ്ട ഇടറുമ്പോലെ... അനൂ പോകല്ലേ, കുറച്ചുനേരംകൂടി എന്റെടുത്തിരിക്കുവോ. ഞാനൊന്ന് തിരിച്ചുവരുംവരെ.. പ്ലീസ്, നീയെന്താ ഇങ്ങനെ നോക്കുന്നത്... ഞാൻ കരയുന്നതല്ല കുട്ടി.. ചൂട്തട്ടി നാവ് പൊള്ളിയപ്പോൾ അറിയാതെ കണ്ണ് നിറഞ്ഞതല്ലേ.. അവളുടെ കൈകളിൽ ഞാൻ അമർത്തിപ്പിടിച്ചു. എന്റെ ഹൃദയംപൊട്ടിവന്ന നീർത്തുള്ളികൾകണ്ണുകൾവിട്ട് പുറത്തേയ്ക്ക് വീഴുമെന്ന് ഞാൻ വല്ലാതെ ഭയന്നു. ഇങ്ങനെ തളരല്ലേ മുത്തേ. ഞാനില്ലേ ഇവിടെ? ഇത്രയടുത്ത്...

മഴപിന്നെയും തിമിർത്തു.. ഞാനൊരു മഴത്തുള്ളിയായി അവളിലേയ്ക്ക് പടർന്നു. ഞാനെന്നും കൊതിച്ചപോലെ... മഴത്തുള്ളികൾ കാറ്റുമൊത്ത് കളിച്ച് എന്നെ കുളിരണിയിച്ചു..

തണുപ്പിൽ എന്റെ ചുണ്ടുകൾ വിറച്ചു. മിഴി വിട്ട ചുടുനീരിനാൽ അവളെന്റെ തണുപ്പാറ്റി. തിമിർത്ത് പെയ്ത തുലാമഴയെക്കാൾ എന്നെ നനച്ചത് ഞാനൊന്ന് വരണ്ടപ്പോൾ എന്നെ നനച്ച അവളുടെ സ്നേഹബാഷ്പങ്ങളായിരുന്നു... അവളെന്റെ പ്രണയമായിരുന്നു.. എന്റെ പ്രാണനും. കുട്ടീ, നിന്റെ പ്രണയത്തിന്റെ മടിത്തട്ടിൽ ഞാനിത്തിരിക്കൂടി കിടന്നോട്ടേ... കണ്ണുകളടച്ച് ഞാനൊന്നുറങ്ങിക്കോട്ടെ. മതിയാവോളം...

മാണിക്യം

എടീ രത്നമ്മേ.. ആ പെണ്ണിതെവിടെപ്പോയിക്കെടക്കുവാടീ? നേരമിത്രായിട്ടും കാട്ടുങ്കെ വെളക്കുവയ്ക്കാതെ അവളിതെവിടെപ്പോയി കെടക്കുവാ.. ഇതെന്താ ഇവിടാരുവില്ലേ?

എന്റമ്മേ വെറുതേ കെടന്ന് തൊള്ള തൊറക്കണ്ട. അവളിന്ന് വരാൻ താമസിക്കുവെന്ന് പറഞ്ഞാർന്ന്. കണ്ണനോട് വെളക്ക് വയ്ക്കാറാകുമ്പം കുളീം കഴിഞ്ഞ് വരണോന്ന് പറഞ്ഞിരുന്നതാ.. അവനിത് ആർക്ക് പിണ്ടംവയ്ക്കാൻപോയിരിക്കുവാന്ന് ആർക്കറിയാം.. നീയൊക്കെ എന്താന്ന് വച്ചാ കാട്ടിക്കോ. നേരത്ത് സർപ്പത്താന്മാർക്ക് വെളക്ക് വച്ചില്ലേ ആർക്കാ അതിന്റെ ദോഷം.

എന്താ പങ്കാച്ചീ സന്ധ്യക്കൊരു ബഹളം. നീ എന്നാടാ ശശീ ഇത്രേം ഇരുട്ടിയേ? വീട്ടിലാരെങ്കിലും വിരുന്നുകാരൊണ്ടോ? ശ്യാമള കൊറച്ച് മുന്നേ വത്സമ്മേടടുത്തൂന്ന് പാലും മേടിച്ചോണ്ട് പോണ കണ്ടാരുന്നു. അറിയാൻ പാടില്ലാന്നേ.. ഇനി അവൾടെ വീട്ടീന്ന് വല്ലോം അച്ചനോ മറ്റോ വന്നിട്ടൊണ്ടാവും. വേറാരും വന്ന കാര്യമൊന്നും പറഞ്ഞിട്ടില്ലാരുന്നു. ലാലുവോ മറ്റോ വരുന്നൊണ്ടേ കത്തയച്ചേനെ.

എടീ അവൻ വന്നില്ലേടീ? ഇവനിതെവിടെപ്പോയിക്കെടക്കുന്ന്!!

എടാ ഇതുങ്ങക്കൊന്നും ഒരു ചൂടും പാടുവില്ലെന്നേ. സന്ധ്യക്ക് മുമ്പ് വിളക്ക് വയ്ക്കണേന്ന് പറഞ്ഞാ ഒറ്റേണ്ണം കേക്കില്ല.

എന്റെ പങ്കാച്ചീ വിട്ടുകള. പിള്ളേരല്ലേ. ഞാൻ വീട്ടിലോട്ട് ചെല്ലട്ടെ. ഇന്ന് മൊത്തെം അലച്ചിലാരുന്ന്. ഒന്ന് കുളിച്ച് ഈ വേഷോക്കെ ഒന്ന് മാറിയാലേ ഒരുന്മേഷം കിട്ടൂ. രാധ എത്തീല്ലേ? ഓ! വരാറാകുന്നല്ലേയൊള്ള്. ഞാൻ ചെല്ലട്ടേ. ഇരിക്കെടാ, ഒരു കട്ടൻ കുടിച്ചിട്ടുപോകാം. എടീ രത്നമ്മേ, ഒരു കട്ടനിടെടീ.

ചേച്ചീ, വേണ്ട. ഞാൻ നിക്കണില്ല.

ദാ കണ്ണനെത്തീല്ലോ. എന്താടാ കുട്ടാ, ഇത്. വേഗം പോയി കണ്ണും മോകോം കഴുകീട്ട് വെളക്ക് വച്ചേ.

ചേച്ചിയമ്മേ ഒരു തോർത്തിങ്ങെടുത്തേ. ഞാൻ കുളിച്ചിട്ട് വെക്കം വരാം.

നീ ഇനി കുളിക്കാനൊന്നും നിക്കണ്ട. ഇപ്പത്തന്നിരുട്ടായി. വെക്കം പോയി തിരി വച്ചിട്ടു വാ. എടീ ആ ടോർച്ചിങ്ങെടുത്തു കൊടുത്തേ.

വേണ്ട ചേച്ചിയമ്മേ, വെളിച്ചോണ്ട്. ഞാനെളുപ്പം വരാം

പങ്കാച്ചീ, ഉംമ്മ... ച്ഛീ, നാറീട്ട് പാടില്ല.!! ചെറുക്കനെ ചക്കപ്പശപോലൊട്ടുന്നു.. കുഞ്ഞ്പോയി വെളക്ക് കത്തിച്ച് വന്നിട്ട് കൊളത്തിപ്പോയി ഒന്നു മുങ്ങീട്ടു വാ. അവള് കഴിക്കാനെടുത്ത് വയ്ക്കും.

എടാ ഓടാതെ.. ഈ പിള്ളേരെടെ ഒരു കാര്യം.!!ശശീ നീയി തെങ്ങോട്ടാ ധൃതീല്.

ശ്യാമളേടെ അച്ചനും അമ്മേം വന്നിട്ടൊണ്ട്. അത്താഴത്തിന് കോതമ്പിന്റെ വല്ലോം വേണം., കോതമ്പ് പൊടി കിട്ടുവോന്ന് നോക്കട്ടേ. ഞാനൊന്ന് കവലവരെ പോയിട്ട് വരാം.

നീയെന്താ.. ലൈറ്റൊന്നുമില്ലാതെ പോണെ? ആ ലൈറ്റ് മേടിച്ചോണ്ട് പോ. മെനഞ്ഞാന്ന് രാധേ വെഷം തീണ്ടിയമൊതല് എനിക്കാധിയാ. ഒന്ന് തൊട്ടേ ഒണ്ടാരുന്നൊള്ളു. എന്നാലുമെന്റെ കുഞ്ഞ് രാത്രിതന്നെ വെഷഹാരിയെ ചെന്ന് കണ്ട്... ഭാഗ്യത്തിന് ഒരു കൊഴപ്പോമില്ലാരുന്നു. വെറുതേ പേടിപ്പിക്കാനോ മറ്റോ ചെയ്തതാവും!! എന്നാലും എന്റെകുട്ടി ശരിക്കും പേടിച്ചു...

അതുകൊണ്ടെന്താ.. ഇന്നലെക്കാലത്ത് കുളിച്ചിട്ടുവന്നുകേറുകേം മുന്നിലൊരെണ്ണം! ഒരു ഞാഞ്ഞൂല് വലിപ്പത്തില്. ഞാൻ നല്ല തെറി പറഞ്ഞു. എന്തിനാ എന്റെ കുട്ടിയെ പേടിപ്പിച്ചേന്ന് ചോദിച്ചു. എനിക്ക് സങ്കടം വന്ന് പിന്നേം എന്തൊക്കെയോ പറഞ്ഞു. പാവം മിണ്ടാതെ കേട്ടുനിന്നു. എന്നിട്ട് കാട്ടുങ്കലേയ്ക്ക് എഴഞ്ഞുപോണ കണ്ടു. എന്റോർമ്മേല് പുല്ലാട്ടാരേം സർപ്പത്താന്മാരുപദ്രവിച്ചതായിട്ടറിയില്ല... അതാണെനിക്കിത്ര സങ്കടംവന്നത്. ഞാനതാ ഇവറ്റകളോട് വെളക്ക് വയ്ക്കാൻ കെടന്ന് ബഹളം വയ്ക്കുന്നേ. അല്ലെങ്കി അതുങ്ങള് വിചാരിക്കും എനിക്കുള്ളില് ദേഷ്യംവച്ചോണ്ടാണെന്ന്.!

ആരാ അമ്മേ കെഴക്ക്പൊറത്ത്?

ശശിയാ നെകർത്തിലെ...

നീയാ ടോർച്ചെടുത്ത് അവന്കൊടുത്തേ. കവലവരെ പോകാനാ.

ഇനീപ്പ തൊഴുതിട്ട് പോടാ. ഇപ്പ വെളക്ക് തെളിച്ചിട്ടൊണ്ടാവും.

കാട്ടുങ്കൽ വെളക്ക് തെളിഞ്ഞു. നാഗങ്ങളുടെ കണ്ണുകൾ ദീപപ്രഭയിൽ തിളങ്ങി. പങ്കാച്ചിക്ക് ചുറ്റും നാഗങ്ങൾ ഒരായിരം മാണിക്യങ്ങളുടെ പ്രഭചൊരിഞ്ഞു. കണ്ണുകളടച്ച് മനം നിറഞ്ഞ് പുല്ലാട്ടെ തമ്പാട്ടി പ്രാർത്ഥിച്ചു.

സർപ്പത്താന്മാരേ എന്റെ കുഞ്ഞുങ്ങളെ കാത്തോളണേ.

വള്ളി

ആരോ അകത്തൊണ്ട് ഒറപ്പ്.

ആളൊഴിഞ്ഞ ഈ എടവഴിലൂടെ പട്ടാപ്പകല് നടക്കാൻ തന്നെ പേടിയാ. പൊളിഞ്ഞുവീഴാറായ ഈ തറവാടിന് മുന്നിലെത്തുമ്പോത്തന്നെ കാലുകൾക്ക് പതിവിലും കവിഞ്ഞ വേഗംവരും., കൊറേ കഥകൾ കേട്ടിട്ടൊണ്ട്, ഈ വീടിനെ ചുറ്റിപ്പറ്റി. വെറും കഥകളായിട്ട് വിശ്വസിക്കാനും പാട്തന്നെ. രാത്രീല് ഇവിടെ ഒച്ചയനക്കങ്ങൾ കേൾക്കാറൊണ്ടെന്ന് ·പറഞ്ഞുകേട്ടിട്ടൊണ്ട്. കടവാവലുകളുടെ, പുള്ളുകളുടെ, ഗതിപിടിക്കാത്ത ആത്മാക്കളുടെ... ഈ വീടിന്റെ ഉള്ളറകളിലെവിടെയോ ആണ് ഞാനാ ഒച്ച കേട്ടത്... വെറും തോന്നലാവുമോ? കാലുകൾ മനസ്സാഗ്രഹിക്കുന്നതുപോലെ ചലിക്കുന്നില്ല.. നാവ് കുഴയും പോലെ... ആരോ പിന്നിൽനിന്ന് വലിക്കുന്നു. തിരിഞ്ഞുനോക്കാൻ ധൈര്യംപോരാ... ഒന്ന് നിലവിളിക്കണമെന്നുണ്ട്. കഴിയുന്നില്ല. നാവ് തൊണ്ടക്കുഴിയിലേയ്ക്ക് ഊർന്നൂർന്ന് പൊയ്ക്കൊണ്ടേയിരുന്നു.

അരനാഴികയ്ക്കപ്പുറം വെള്ളാരം കണ്ണുള്ള... വെള്ളി മൂടിക്കെട്ടിയ.. വെള്ളിയമ്മൂമ്മ കൂവളക്കായിൽ തൂക്കിയിട്ടിരുന്ന ഭസ്മം ഊതി നെറുകയിൽ തിരുമ്മി.. നെറ്റിയിൽ കുറി വരച്ചു.. ഭസ്മത്തിന്റെ മണം മൂക്കിലടിച്ചു. കണ്ണ് മെല്ലെ തുറന്നു... നെറുകയിൽ തൊട്ടുനോക്കി. നെറ്റിയിലും. ഭസ്മം കൈകളിൽ പറ്റി... എവിടെ വെള്ളിയമ്മൂമ്മ.!!! എണീറ്റിരിക്കാൻ ശ്രമിച്ചു. ആരാണെന്നെ ഈ കൂവളച്ചോട്ടിൽ കൊണ്ടുകെടത്തിയെ? കൂവളത്തിലകൾ മന്ദഹസിച്ചു.

തിരുവിഴ മഹാദേവന് മാല്യമാവാൻ ഇന്നാരൊക്കെയെന്ന് വീണ്ടും കലപിലകൂട്ടി. കണ്ണിലേയ്ക്ക് വീണ ഭസ്മം പതിയെതുടച്ചു.

ഇല്ല, ആരെയും കാണുന്നില്ല. രണ്ടാൾപ്പൊക്കത്തിൽ വളർന്നുനിൽക്കുന്ന കമ്മ്യൂണിസ്റ്റ് പച്ചകളും മണ്ണിൽപ്പടർന്നുകിട

ക്കുന്ന പാഴ്ച്ചെടികളും കാവ് വിട്ട് പെരുമ്പാമ്പിനെപ്പോലെ പുറത്തേയ്ക്ക് തല നീട്ടിനിൽക്കുന്ന ചൂരൽവള്ളികളും കണ്ടഭാവം നടിക്കുന്നില്ല.!!! ഈ കാടിനുനടുവിലൂടെ ആരും പുറത്ത് നിന്ന് വീടിനുള്ളിൽ കയറിയ ഒരു ലക്ഷണവുമില്ല. ഉമ്മറത്തെ തടികൊണ്ടുള്ള ദ്രവിച്ചുവീഴാറായ തൂണുകളുടെ നിഴലുകൾ ആരുടെയൊക്കെയോ സാന്നിധ്യമറിയിച്ചു...

എന്താ അച്ചൂ ഇവിടെ ഇരിക്കുന്നേ? പാടില്ലാതിരിക്കുവാന്ന് സജി പറയണകേട്ടാരുന്നു. ഇപ്പോ എങ്ങനെ?

രാജമ്മച്ചേച്ചിയാണ്. രാവിലേ ചെറേലെ പണികഴിഞ്ഞോള്ള വരവാണ്.

അതേ ചേച്ചീ. ഈ വീട്ടിൽ ആരൊക്കെയോ സംസാരിക്യോ, കരയുകേയൊക്കെചെയ്യുന്ന ശബ്ദം

എന്റെ അച്ചുവേ ഇവിടിപ്പം ആരാ സംസാരിക്കാനും കരയാനും? കള്ളന്മാർക്കുകൂടിപേടിയാ ഇതിനകത്ത് കേറാൻ. ആ ഉമ്മറത്ത്കെടന്ന തൂക്കുവിളക്കെടുത്തോണ്ട് പോയിട്ടെന്തൊണ്ടായേ? പിറ്റേന്നുതന്നെ തിരിച്ചുകൊണ്ട് തൂക്കീല്ലേ? അച്ചൂന് വെറുതേ തോന്നീതാവൂന്നേ.

അല്ല ചേച്ചീ.. ഞാൻ കേട്ടതാ. ആരോ ഇവിടൊണ്ട്.!!

ചേച്ചി ചെവിവട്ടം പിടിച്ചു. എന്തോ ഒരു അരുതായ്ക..

ചേച്ചീടെ കയ്യി വെള്ളമിരിപ്പൊണ്ടോ? ഇല്ലേ വേണ്ട. എന്റെ കൈയി ഫോണിരിപ്പില്ല. ചേച്ചി ആ കുഞ്ഞുമോനെ ഒന്നുവിളിച്ചേ...

കുഞ്ഞുമോനെ വിളിച്ചിട്ടെടുക്കുന്നില്ലല്ലൊ... വേറേ ആരേങ്കിലും കിട്ടുമോന്ന് നോക്കിയേ.

സജിയെക്കിട്ടണൊണ്ട്.

സജീ.. നീയാ വെളീലെ പറമ്പിലോട്ടൊന്ന് വന്നേ... അച്ചു എന്തോ കണ്ട് പേടിച്ചു. ങ്ആ.. വെക്കംവാ.

എന്താടാ? എന്താ കാര്യം. നെന്റെ പനി വിട്ടില്ലേ?

ഏയ്, അതല്ല സജിച്ചേട്ടാ.. ഈ വീട്ടീന്ന് ആരുടെയോ ഒച്ചയോ കരച്ചിലോ കേട്ടെന്നേ..

ശരിക്കും?

ശരിക്കും ഞാൻ കേട്ടതാ.

രാജമ്മച്ചേച്ചീ.. കുട്ടനൊണ്ടോ അവിടെ? അവനെയൊന്ന് വിളിച്ചേ..

നീ വിളിച്ചേ.. സജീ.. എന്റെ ഫോണീന്ന് വിളിച്ചാ അവനെടു

ക്കൂല്ല. നീയൊന്ന് വിളിച്ച് എന്റെ കയ്യേത്തന്നാ ഞാമ്പറയാം? മതി

ദാ..

റിങ് ചെയ്യുന്നൊണ്ട്.

തള്ളേ നിങ്ങളെവിടെപ്പോയിക്കെടക്ക്വാ? നിങ്ങളിങ്ങോട്ടുവന്നിട്ട് വേണം ഷൈലയ്ക്ക് നനയ്ക്കാമ്പോവാൻ. ദേ ഈ കൊച്ച്കെടന്ന് കാറാൻ തൊടങ്ങീട്ട് നേരം കൊറച്ചായി.

നീ അവളോട് അവിടടങ്ങി നിക്കാമ്പറ.. അവള് നനയ്ക്കാമ്പോണുപോലും.. നീയാ ഷിബൂനേം ബിനൂനേമൊന്ന് വിളിച്ചിട്ട് വെളീലെ പറമ്പിലോട്ടൊന്ന് വന്നേ. ഒരു ചെറിയ പ്രശ്നോണ്ട്.

തള്ളേ നിങ്ങള് നടന്ന് പ്രശ്നോണ്ടാക്കീട്ട് എനിക്ക് തല്ല്മേടിച്ചുതരാനാണോ?

അതൊന്നുവല്ലെടാ നാറീ. നീ പറയുന്ന കേക്ക്

ആള്കൂടി. പറമ്പി കളിച്ചോണ്ടിരുന്ന പിള്ളേരെല്ലാം കളി മതിയാക്കി നെരന്നു.

പോയിനെടായെല്ലാം.. വല്ലോം കണ്ട് പേടിച്ച് പനിപിടിച്ച് വീട്ടുകാർക്ക് പണിയൊണ്ടാക്കാതെ.

കുട്ടനൊന്ന് പിള്ളരെ വെരട്ടാൻ നോക്കി.

താനൊന്ന് പോടോ. ഞങ്ങക്ക് പനി വന്നാ ഞങ്ങള് നോക്കിക്കോളാം.

കുട്ടന് തൃപ്തിയായി. കൈകഴുകിത്തൊടച്ചു. എല്ലാം തല തെറിച്ചതാണല്ലോ എന്നോർത്ത് സമാധാനിച്ചു.

അച്ചു ഒന്നുകൂടി ആ വീട്ടിലേയ്ക്ക് നോക്കി.. രണ്ട് വെള്ളാരം കണ്ണുകൾ തന്നെത്തന്നെ നോക്കുന്നു! നോട്ടം നേരിടാനാവാതെ അച്ചു തല കുനിച്ചു...

നിനക്ക് മതിയായില്ലേ അച്ചൂ?? മണ്ണിന്നടിയിൽനിന്നാണോ ആ ശബ്ദം.! അതോ വീട്ടിൽ നിന്നോ? ഒരിക്കൽക്കൂടി അവിടേയ്ക്ക് കണ്ണോടിച്ചു. ഇല്ല, ആ കണ്ണുകൾ അവിടെയില്ല.

പാദത്തിനടിയിൽ ഒരു മുഴുത്ത അട്ട ഇഴഞ്ഞു. അച്ചു കാല് വലിച്ചു. ആരോ കിലുകിലെ ചിരിച്ചു.!!

അച്ചൂ, നീയെന്താ കണ്ടേ?

ഏയ് ഞാനൊന്നും കണ്ടില്ല. ഇതിലേ നടക്കുമ്പോ ആരോ കരയുന്ന ഒച്ച കേട്ടു. ആരോ ഈ വീട്ടിനുള്ളിലൊണ്ട്. ഒന്ന് കേറി നോക്കാം.

എങ്ങനെ കേറിനോക്കാംന്നാ നീയീ പറയുന്നേ? ഒന്നാമത് അത് നാലുവശോം പൂട്ടിക്കെടക്കുവാ. ഈ കാട്ടീക്കൂടെ അതിന്റെ

മിറ്റത്തെത്താൻതന്നെ പാടാ. എത്തിയാത്തന്നെ പൂട്ടുപൊളിച്ചു വേണം അകത്തുകേറാൻ. അതൊക്കെ വലിയ കേസാവും. നീ നടക്കുന്ന കാര്യംവല്ലോം പറ. പണ്ട് നാറാപിള്ളച്ചേട്ടൻ ഇതുപോലെന്തോ കേട്ടൂന്ന് പറഞ്ഞ് ഒണ്ടാക്കിയ പുകിലറിയാല്ലോ... നീ അത് വിടച്ചൂ. കൊറച്ചുനേരംകൂടെ നമ്മക്ക് പൊറത്ത് കാക്കാം. എന്നിട്ട് സന്ധ്യക്ക് മുമ്പ് വീട് പിടിക്ക്. നറേ സർപ്പങ്ങളാ ഇവിടെ. പോരാത്തേന് ഇന്ന് വെള്ളിയാഴ്ച്ചേംകൂടാ. സന്ധ്യകഴിഞ്ഞാ നീ ഇപ്പക്കേട്ട ശബ്ദങ്ങൾ മാത്രമാവില്ല.. എല്ലാ കണ്ണുകളിലും പേടി നിഴലിച്ചു. പാലപ്പൂമണം മൂക്കിൽ തുളച്ചിറങ്ങി. ഇല്ല, ഒരിലപോലും അനങ്ങുന്നില്ല... ഒരു നിലവിളിയും ആരും കേൾക്കുന്നില്ല... എല്ലാരും പതിയെ നടന്നുതുടങ്ങി.

അച്ചൂ നീ വരുന്നില്ലേ?

ആരാ...? ആരാ ചോദിച്ചത്.. അടുത്താരുമില്ലല്ലൊ.! കൂട്ടുവന്നവർ അകലെ ഒരു പൊട്ടുപോലെ മറയുന്നു. അച്ചുവിന്റെ കാലിനടിയിൽ അട്ടകൾ വീണ്ടുമിഴഞ്ഞു. കാലുകൾ വലിച്ചുവച്ച് അയാൾ നടക്കാൻ ശ്രമിച്ചു... മുന്നാണിക്കാടുകൾ അയാളുടെ കാഴ്ച മറച്ചു. പാഴ്ച്ചെടികളിൽ കാൽ കുരുങ്ങി. ചൂരൽവള്ളികൾ അയാളുടെ കാലിൽ പുളഞ്ഞു ചുറ്റി. ആരോ പിന്നിൽനിന്ന് വലിക്കുന്നു...!!

എനിക്ക് പോണം. എന്നെവിടൂ... ആരാണത്.??

അച്ചു തിരിഞ്ഞുനോക്കി... മാറാലമൂടിയ ജനാലയ്ക്ക് പുറകിൽ വെള്ളാരം കണ്ണുകൾ അച്ചുവിനെ നോക്കി പൊട്ടിച്ചിരിച്ചു. അതിന്റെ മാറ്റൊലിയിൽ മച്ചിൽ തൂങ്ങിനിന്ന കടവാവലുകൾ ചിതറിപ്പറന്നു... ആകാശം കറുത്തു. അച്ചുവിന് കാഴ്ച്ച മറഞ്ഞു... പൊടുന്നനേ അയാൾക്ക് കറുത്ത ചിറകുകൾ മുളച്ചു. ദൂരെ കറുത്ത പൊട്ടുപോലെ മറയുന്ന കൂട്ടുകാർക്കടുത്തെത്താൻ അച്ചു ശക്തമായി ചിറകിട്ടടിച്ചു.

എന്നാലും എന്റെ സുലൂ..

വിഷ്ണൂന് വയറ്റീ ഗ്യാസുകേറി. കഴിച്ചത് പിടിക്കാഞ്ഞല്ല... ഒന്നും കഴിക്കാഞ്ഞുമല്ല.. പുള്ളിക്കതെങ്ങോട്ട് ഉൾക്കൊള്ളാൻ പറ്റീല്ല. അവൾക്കിതെങ്ങനെ പറയാൻ പറ്റുന്നു? അവൾതന്നെ യാണോ ഈ പറയുന്നേ.. കയ്യിലൊന്നു നുള്ളിനോക്കി.. നൊന്തു. സംഗതി സത്യമാണ്.

അപ്പം ഞാൻ തന്ന ഉമ്മകൾ??

അതിപ്പം നീ മാത്രവല്ലല്ലൊ. ഞാനും തന്നിട്ടില്ലേ? നറേ. അതൊക്കെ ഒരു ചേട്ടൻ അനിയത്തിക്ക് തന്നപോലേം അനിയ ത്തി ചേട്ടന് തന്നപോലേമേ ഞാൻ കരുതീട്ടൊള്ളു...

അപ്പപ്പിന്നെ ഞാൻ നിന്റെ കൈയ്യിൽ കഴിഞ്ഞ ബർത്ത്ഡേ യ്ക്ക് ഇട്ടുതന്ന ഡയമണ്ടിന്റെ മോതിരവോ?? പിള്ളേർക്ക് ട്യൂഷ നെടുത്തൊണ്ടാക്കിയ കാശാ! സ്വന്തമായിട്ടൊരു ബൈക്ക് മേടി ക്കാൻ വച്ചിരുന്നത്!!

എന്താടാ ചെക്കാ നീയിങ്ങനെ എച്ചിക്കണക്ക് പറയുന്നേ? അത് നമ്മള് ഫ്രണ്ട്സായിരിക്കുമ്പ എന്തൊക്കെ സമ്മാനങ്ങളാ അങ്ങോട്ടുമിങ്ങോട്ടും കൊടുക്കുന്നേ..

എന്നിട്ട് നീയെനിക്കൊന്നും മേടിച്ചുതന്നതായിട്ട് ഞാനോ ർക്കുന്നില്ലല്ലൊ

എടാ അതുപിന്നെ.. അന്ന് നിന്റെ ബർത്ത്ഡേയ്ക്ക് നിനക്ക് ഞാൻ ആര്യാസീന്ന് മസാലദോശേം വടേം വാങ്ങിച്ചുതന്നില്ലാ രുന്നോ??

മസാലദോശേം ഡയമണ്ടും ഒരേ പ്ലേറ്റിൽവച്ച ആ വലിയ മനസ്സ് കാണാഞ്ഞതിൽ മനസ് വിങ്ങി. കണ്ണ് ചുമ്മാ നനഞ്ഞു. കണ്ണീർ, മൂക്കിലെ കുറുക്കുവഴിയിലൂടെ തെന്നിത്തെറിച്ച് ഭൂമി നനച്ചു.

എന്നോ കഴിച്ച മസാലദോശ തിരിച്ചുവന്ന് ആ പ്ലേറ്റിലിരു ന്നെങ്കിലെന്ന് അവനറിയാതെ ആശിച്ചു.

വെറും ഫ്രണ്ടായിട്ടാണോ എപ്പഴുമെപ്പഴും ഞാനില്ലേപ്പിന്നെ

നീയില്ലെന്ന് നാഴികയ്ക്ക് നാപ്പത് വട്ടം പറഞ്ഞോണ്ടിരുന്നത്.!! ആരൊക്കെ സമ്മതിച്ചില്ലേലും നീ എന്നെക്കൂടെക്കൂട്ടില്ലേന്ന് ചോദിച്ചത്... നിന്റെകൂടെ ജീവിക്കാൻപറ്റീല്ലേ പിന്നെന്നെ നോക്കണ്ടാന്ന് നീ പറഞ്ഞത്.?? അപ്പം നിന്റെ വാ പൊത്തിപ്പിടിച്ചാ പൊന്നേ അങ്ങനൊന്നും പറയല്ലേ എന്ന് ഞാൻ പറഞ്ഞില്ലേ? അപ്പം എന്റെ കൈയില് നീ കടിച്ചില്ലേ? അതിന്റെ പാട് കഴിഞ്ഞാഴ്ച്ചവരെ ഈ കൈവെള്ളേലൊണ്ടാര്ന്ന്.! ഇപ്പ നോക്കീട്ടാണേ അത് കാണുന്നുവില്ല.

എന്റെ വിഷ്ണൂ നീ എന്തൊക്കെയാ ഈ പറേന്നെ? ഞാനിങ്ങനെയൊക്കെ പറഞ്ഞെന്നോ? ഈ കൈവെള്ളേല് കടിച്ചെന്നോ!! വട്ടായോ നെനക്ക്! നീയൊന്ന് പോയേ.. നല്ല മഴേം വരുന്നൊണ്ട്... മിന്നലുവൊണ്ട്.

പറഞ്ഞ് നാക്ക് വായിലിട്ടില്ല. ഒരു ശക്തമായ മിന്നലിൽ തുള്ളി സുലു അവനോടൊട്ടി.

സുലൂ നീയോർക്കുന്നൊണ്ടോ ഇതുപോലൊരു മഴേത്ത് മിന്നല് കണ്ട് പേടിച്ച് നീ എന്നെ കെട്ടിപ്പിടിച്ചത്?.. മിന്നല് പോയിട്ടും നീ എന്നെ വിടാതെ ചേർന്നുനിന്നത്... പോകുമ്മുമ്പ്എന്റെ കവിളിൽ നിറയെ ഉമ്മകൾതന്നത്.

ഇവളീ പറയുന്നതൊന്നും കേൾക്കുന്നില്ലേ!!

മിന്നലിൽ അവളുടെ കണ്ണുകൾ യക്ഷിയുടേതെന്നപോലെ എന്നെ പേടിപ്പിച്ചു.!!എന്റെ ചോരകുടിച്ച വടയെക്ഷി...

എടാ ചെക്കാ നീ ഇതൊന്നുമാരോടും ഇനി പറയാനൊന്നും നിക്കണ്ട.. അതൊക്കെ അന്നങ്ങനൊക്കെ നടന്നുകാണും... എനിക്കിപ്പഴും നിന്നെ ഇഷ്ടമൊക്കെത്തന്നാ. എന്നാലുവൊരു ജീവിതവൊക്കെയാകുമ്പൊ... എന്തോ നമ്മളങ്ങോട്ട് സെറ്റാവുമെന്ന് തോന്നുന്നില്ലെടാ.!!! അതുകൊണ്ടാ..

സുലൂ..

വിളിച്ചില്ല. അങ്ങനെവിളിക്കാൻ തോന്നിയില്ല. ഓരോ ഭാഷകളിലും തെറികളുണ്ടാവുന്നത് ഇങ്ങനെയൊക്കെയുള്ള അവസരങ്ങളിലാവുമെന്ന് മനസ്സിലാരോ മുരണ്ടു.. നീ ഇനി കല്യാണത്തിന് എനിക്ക് വേറേ ഗിഫ്റ്റൊന്നും മേടിക്കാൻ നിക്കണ്ടെടാ. ഈ മോതിരംവച്ച് ഞനഡ്ജസ്റ്റ് ചെയ്തോളാം...

മിന്നലിൽ അവളുടെ കൈയിലെ ഡയമണ്ട് തിളങ്ങി. അതവനെ കളിയാക്കി ചിരിച്ചു. സുലൂ ഇത്തിരി വെള്ളം തരുവോ?

നോക്കട്ടെ. ഇത്തിരിയെങ്ങാണ്ടേ ഒള്ള്.

കിട്ടിയവെള്ളം തൊണ്ടയുടെ ഒരറ്റത്തെവിടെയോ ചെറു ങ്ങനെ നനച്ചപോലെ.!!

സുലൂ നീയിതൊക്കെ കാര്യമായിട്ടാണോ പറയുന്നേ? ഒന്ന് നേരേ നോക്കിക്കേ..

അവളുടെ കണ്ണുകളിൽ നിർവികാരതയുടെ വിന്യാസം!! പീ ലികളിൽ ജഡ.. കൈയിൽ കമണ്ഡലു.

അവൻ പതിയെ കണ്ണുകൾ താഴ്ത്തി. ലോകത്തെ ഏറ്റവും മനോഹരമായ കണ്ണുകളെന്ന് അതുവരെ കരുതിയിരുന്ന ആ കണ്ണുകളിൽ ചോരപൊടിയുമ്പോലെ... അവളുടെ കണ്ണുകൾ കാരണം എഴുതിക്കൂട്ടിയ സപ്ലികളുടെ പേപ്പറുകൾ അവന്റെ തല യ്ക്ക് ചുറ്റും ചിറകിട്ടിടിച്ചു.!! ആ ചിറകടിശബ്ദത്തിനിടയ്ക്കെ പ്പോഴോ അവൾ മൊഴിഞ്ഞു

എടാ, എന്നാപ്പിന്നെ ഞാൻ പോട്ടേ.. പിന്നേ.. നീയിനിയിപ്പ എന്നെ വിളിക്കാനൊന്നും നിക്കണ്ട... എന്തേലും ആവശ്യവൊ ണ്ടേ ഞാനങ്ങോട്ട് വിളിച്ചോളാം. എടാ ചെക്കാ.. നീയൊന്ന് കണ്ണ ടച്ചേടാ... എന്തിനെന്നു ചോദിച്ചില്ല. തുളുമ്പിയ കണ്ണുകൾ അവൻ ഇറുക്കി അടച്ചു... അവന്റെ തണുത്ത കവിളിൽ അവൾ അമ ർത്തി ചുംബിച്ചു... അതിന്റെ ചൂട് താങ്ങാനാവാതെ അവന്റെ കവിൾ പൊള്ളിയടർന്നു.!!! അവൻ വാവിട്ടു നിലവിളിച്ചു.

മിന്നലുകൾ പിന്നെയും മിന്നി. മഴ പിന്നെയും ചിന്നി... അവന്റെ മിഴികൾ തോരില്ലയെന്നറിയാതെ..

ശൂശൂ

നാറാപിള്ളച്ചേട്ടൻ ദോശ മറിച്ചിട്ടു. ഒന്നും രണ്ടുമല്ല, എട്ടെണ്ണം. പടപടാന്ന്.. ദോശകൾ ശ് ശ് ശബ്ദമുണ്ടാക്കി മലർന്നുവീണു. കാലത്ത് നടക്കാനെറങ്ങിയ ശാന്തച്ചേച്ചി തിരിഞ്ഞു നോക്കി. ആരാടാ എന്നെ ശൂശൂന്ന് വിളിച്ചേന്നറിയാൻ!! ആരേം കണ്ടില്ല. പ്രായം ഇച്ചിരിയായേലും തന്റെ ഭംഗിക്കൊട്ടും ഇടിവില്ലെന്നോർത്ത് ചേച്ചി ഒരിഞ്ച് പൊങ്ങി.! അല്ലേപ്പിന്നെ ഈ കൊച്ചുവെളുപ്പാങ്കാലത്ത് ആരേലും ശൂശൂ വിളിക്കുവോ. ദേഷ്യം അഭിനയിക്കാൻവേണ്ടി ചേച്ചി ചുമ്മാ പല്ലിറുമ്മി... പല്ല് തേയ്ക്കാതെ നടക്കാനിറങ്ങിയതുകൊണ്ടോ എന്തോ പല്ലുകൾ ഇറുമ്മാനാകാതെ തെന്നിമാറി. വായിൽ തെന്നിവീണ് പല്ലിന്റെ എല്ല് ചെറുതായി പൊട്ടി.!!! ഒരു ഹെയർലൈൻഫ്രാക്ച്ചർ, അത്രതന്നെ.!!

അപ്പഴും ജീവൻപോകാതെ മൂടുംപൊള്ളിക്കെടന്ന ദോശ വേദനയിലും ഒന്ന് പുഞ്ചിരിച്ചു. അത് ശരിക്കും ഒരു പുഞ്ചിരി അല്ലാരുന്നു. ഒരു ഒന്നൊന്നര കിലോ ചിരി. ഇനി എന്തെല്ലാം അനുഭവിക്കാൻ കെടക്കുന്നു എന്നോർത്തപ്പോ ദോശാമ്മാച്ചന്റെ ചിരി മങ്ങി... ചിരി ഇച്ചിരി കറുത്തു. പിള്ളച്ചേട്ടൻ ചിരി കറുത്തദോശകൾ ഓരോന്നോരോന്നായി പഴുത്ത ചട്ടുകംകൊണ്ട് ചെവിക്ക് പിടിച്ച് കല്ലേന്ന്തൂക്കിയെടുത്ത് ഉരുളീലേയ്ക്കെറിഞ്ഞു. ചട്ടുകം മൂട്ടിൽ തൊടച്ചു.. വിയർത്തുകടിച്ച പൊറം ചട്ടുകം കൊണ്ട് ചൊറിഞ്ഞു.. മാന്തിപ്പറിച്ചു..

ഇനി എത്രനേരം ഈ പാത്രത്തിക്കെടക്കണോന്നറിയില്ല.!! വിധി! അല്ലണ്ടെന്താ?ദോശ നെടുവീർപ്പിട്ടു.. ദോശേടെ മുതുകത്തെ ഒരു കൊമളപൊട്ടി.. നെടുവീർപ്പ് പൊറത്തേയ്ക്കോടിക്കേറി ആദ്യംവന്ന പാണ്ടിലോറിക്ക് കൈകാണിച്ച് കേരളം വിട്ടു... ഇനി നെടുവീർപ്പിട്ടുപൊട്ടിക്കാൻ ഒരു കൊമളപോലും മുതുകത്തില്ലല്ലോന്നോർത്ത് ദോശ ഞെളിപിരിക്കൊണ്ടു. എത്ര തലമുറകളായി അനുഭവിക്കേണ്ടിവരുന്ന ശാപത്തെയോർത്ത്

കരഞ്ഞു... ഇനിയും മോക്ഷത്തിന് എത്രനേരമെന്നോർത്ത് കുണ്ഠിതപ്പെട്ടു... കുണ്ടി തപ്പാതെയും പെട്ടു. ഓരോന്ന് മനസ്സിലേയ്ക്ക് തള്ളിക്കേറിവരുന്നു... മൂടുകരിഞ്ഞ നീറ്റലാണേ ഒരു വശത്ത്.. മനസ്സിന്റെ പ്രയാസം വേറൊരു വശത്ത്...

ദോശ ദുർവാസാവിനെ ഓർത്തു... എല്ലാറ്റിനും കാരണക്കാരനായ ദുർവാസാവിന്റെ ഒക്കേലും എളേകുഞ്ഞമ്മേടെ മോൻ സാമിയെ ഓർത്തു... അങ്ങേരെവച്ചുനോക്കുമ്പോ ദുർവാസാവണ്ണനൊക്കെ എന്ത് ഭേദം.!!! ദുർവാസാവണ്ണന് മൂക്കിന്റേറ്റത്താ കോപോങ്കി കുഞ്ഞമ്മേടെ മോൻ സാമിക്ക് മൂക്കിന്റേറ്റത്തിന്റെ എഡ്ജിലാ അത്. എന്താന്നറിയില്ല, ഇങ്ങനെ കോപിക്കാൻമാത്രമുണ്ടായ ഒരു ഫാമിലി.! പുള്ളി പണ്ട് ഹോമിക്കാനിച്ചിരി പച്ചരി എടുത്തപ്പോ എന്റെ പച്ചരി മുത്തച്ഛൻ അനുസരണയോടെ ചെന്നിരുന്നെങ്കിലോ! ആ ഉഴുന്നിന്റെ വാക്കുകേട്ട് പാത്രത്തീന്ന് ചാടിപോകാതിരുന്നെങ്കിലോ? അന്ന് വിളിച്ച കല്യാണത്തിന് പോകണ്ട എന്ന് വച്ചിരുന്നെങ്കിലോ രണ്ട് കൂട്ടർക്കും ഈ ഗതി വരില്ലാരുന്നു. പുള്ളി ഇങ്ങനെ കേറി ശപിക്കില്ലാരുന്നു... അന്നത്തെ ശാപവാക്കുകൾ തലമുറകൾ കൈമാറിവന്നത് പച്ചരിയുടെ അരഞ്ഞകാതുകളിൽ മുഴങ്ങി... എന്റെ യാഗത്തിൽ പങ്കെടുക്കാൻ വിസമ്മതിച്ച നിന്നെ മനുഷ്യർ ഉഴുന്നിനൊപ്പം വെള്ളത്തിൽ മുക്കിയിടും.! എന്നിട്ട് കല്ലിലിട്ട് അരയ്ക്കും... എണ്ണ പെരട്ടി ചൂടാക്കിയ കല്ലിലിട്ടുപൊരിക്കും... എങ്കിലും നിന്റെ ജീവൻ പോകില്ല... പിന്നീട്.. ഇല്ല, ബാക്കി ഓർക്കാൻ വയ്യ. ഇറുക്കിയടച്ച അറുപത്തെട്ട് കണ്ണുകൾ ദോശ ഒന്നുകൂടി ഇറുക്കിയടച്ചു.

ചേട്ടാ രണ്ട് ദോശ. കറി എന്തൊണ്ട്.

ചമ്മന്തിയൊണ്ട്.. കടലക്കറിയൊണ്ട്.. ഒരു രണ്ട് മിനിട്ട് വെയിറ്റു ചെയ്യുവാണേ മൊട്ടക്കറിയുമാവും... ആ ചെറുക്കൻ പാല് മേടിക്കാൻ പോയിട്ട് മണിക്കൂറൊന്നായി. അതാ അൽപ്പം താമസിച്ചേ..

കടലമതി ചേട്ടാ. ഇച്ചിരി ചമ്മന്തിവച്ച് സൈഡൊന്ന് വെഞ്ചരിച്ചോ.. ഒരു ചായേംകൂടി.. നല്ല കടുപ്പത്തില്..

നാറാപിള്ളച്ചേട്ടൻ ദോശേടെ കഴുത്തിന് പിടിച്ച് തൂക്കിയെടുത്തു... ദോശയ്ക്ക് മുട്ടിടിച്ചു... വെറച്ചുകൊണ്ട് പാത്രത്തിലേയ്ക്ക് വീണു... പിള്ളച്ചേട്ടൻ ചമ്മന്തിയെടുത്ത് ദോശയുടെ മുഖത്തൊഴിച്ചു. കണ്ണുനീറിപ്പൊകഞ്ഞ ദോശ അറിയാണ്ട് അമ്മേന്ന് വിലിച്ചു. ശബ്ദം പുറത്തേയ്ക്ക് വന്നില്ല... മുന്നിൽ കൊണ്ടുവന്നുവച്ച

ദോശ അയാൾ കടലയിൽ മുക്കി... കണ്ണ് കൊറേക്കൂടി ഗമണ്ട നായി നീറിപ്പുളുത്തി... കരച്ചില്നിർത്താനാവുന്നില്ല. വാവിട്ട് നിലവിളിച്ചു... നിലവിളി ശബ്ദം പുറത്തുകേൾക്കുംമുമ്പ് അയാൾ ദോശ വായിലിട്ട് ചവച്ചരച്ചു...

മുനിയുടെ ശാപവാക്കുകൾ വീണ്ടും ചെവിയിൽ മുഴങ്ങി... ഇതുകൊണ്ടവസാനിക്കില്ല... മനുഷ്യൻ വയറ്റിലെ രാസാഗ്നി യിൽ കിടന്ന് നീ വെന്തുനീറും... അപ്പൊഴേ നിങ്ങൾക്ക് മോക്ഷം ലഭിക്കൂ... പക്ഷേ, ആ അവസ്ഥ ഭീകരമായിരിക്കും.

വേണ്ട നമുക്കിയാളുടെ വയറ്റിലേയ്ക്ക് പോകണ്ട... തൊണ്ടയിൽ കൈവച്ച് തടഞ്ഞു. ദോശ താഴേയ്ക്കിറങ്ങാതെ അയാളുടെ കണ്ണുകൾ പുറത്തേക്ക് തള്ളി... തള്ളിവന്ന കണ്ണിന്റെ കൃഷ്ണമണി തൂക്കിയിട്ടിരുന്ന പഴുത്തുതുടുത്ത കണ്ണൻകൊലയിലെ അടർന്നുവീഴാറായ കായിൽ മുട്ടി.. വെള്ളത്തിനായി അയാളുടെ കൈകൾ മേശപ്പുറത്ത് പരതി. വച്ചിരുന്ന വെള്ളം കൈതട്ടി മറിഞ്ഞു... എങ്ങനെയോ ചായേല് പിടി കിട്ടി... ചൂടുചായ ഒറ്റ വലിക്ക് അകത്തേയ്ക്കൊഴിച്ചു... പൊള്ളിപ്പണ്ടാരമടങ്ങി. കൈവിട്ട ദോശാത്മാക്കൾ അയാളുടെ വയറ്റിലേയ്ക്ക് പതിച്ചു... ശരീരത്തിന്റെ ഭാരം നേർത്ത് നേർത്ത് വന്നു. ഓർമ്മ നശിച്ചു... അയാൾ ഏമ്പക്കം വിട്ടു... മോക്ഷം കിട്ടിയ ദോശാത്മാക്കൾ വായിലൂടെ ആകാശത്തേയ്ക്ക് പറന്നു... പരമാത്മദോശയിൽ ലയിക്കാനായി.

നടക്കാനിറങ്ങിയ ശാന്തച്ചേച്ചിയെ എന്നും കാലത്ത് ആരൊക്കെയോ ശൂശൂന്ന് വിളിച്ചോണ്ടേയിരുന്നു...

ബ്ലൗസ്

അളവ്ബ്ലൗസ് കിട്ടിയോ?

ചോദിച്ചതാരാന്ന് ഓർക്കുന്നില്ല... അപ്പഴാ സത്യത്തീ അതിന്റെ കാര്യം ഓർക്കുന്നേ.!! ശെടാ!! കല്യാണത്തിനിനി കൊറച്ചുദെവസേയുള്ളു. ഇപ്പപ്പോയി മേടിച്ചാത്തന്നെ ഇനി എപ്പത്തച്ചു കിട്ടുമോ എന്തോ?? പെണ്ണാണേ അങ്ങു ടൗണീന്നാ... വല്യഫാഷൻകാരിയാണോന്ന് ഒരു പിടീമില്ല. അല്ല അതെങ്ങനാ? പെണ്ണിനെ ആകെക്കൂടെകണ്ടത് രണ്ട് പ്രാവശ്യമാ... അപ്പോഴാണേ ചുറ്റിലും ആവശ്യമൊള്ളവരും ഇല്ലാത്തവരുമെല്ലാമൊണ്ട്. ഏതാണ്ട് കാഴ്ചബംഗ്ലാവിലോട്ട് പുതിയ എന്തോ സാധനം വന്നപോലെ.!! എന്തിനാണോ എന്തോ ഇങ്ങനെ നോക്കിനിക്കുന്നേ. എനിക്കാണെങ്കി കൊറേശെകോറേശ്ശെ നാണോം വരുന്നൊണ്ടാരുന്നു. ഇതൊക്കെക്കാരണം പെണ്ണുമായിട്ടൊള്ള നേരിട്ടൊള്ള ആശയവിനിമയവും ഒരു പരസ്പരം മനസ്സിലാക്കലുമൊന്നും ശരിക്കും പറഞ്ഞാ, വേണ്ടപോലെ നടന്നില്ല!!

കല്യാണത്തിനുമുമ്പ് ഒരിക്കക്കൂടികാണാനുള്ള ഒരവസരമാണ് ബ്ലൗസിന്റെ രൂപത്തിൽ മുന്നിൽ തെളിയുന്നത്... ബ്ലൗസാവതാരത്തിൽ! ഏതായാലും ഇത്രേ ദൂരമായോണ്ട് വേറാരും പോയി വാങ്ങാൻ സാധ്യതയില്ല. ഞാൻതന്നെ പോവേണ്ടിവരും. ഏതായാലും കൂട്ടുകാരെയാരേം കൂടെ കൂട്ടേണ്ട. വിശ്വസിക്കാൻ പറ്റില്ല... അവമ്മാര് വല്ലോം പെങ്കുട്ടിയെ വായിനോക്കിയാലോ! പണ്ടുമുതലേ എനിക്കതിഷ്ടമല്ല; ഞാൻ കെട്ടാൻപോണ പെണ്ണിനെ ആരെങ്കിലും നോക്കുന്നത്.! എന്നാലും ഒറ്റയ്ക്കുപോയാ ശരിയാവില്ല. ചേട്ടനേംകൂട്ടാം. ചേട്ടനാവുമ്പോ ഒരിക്കൽ ബ്ലൗസ് വാങ്ങിച്ച ശക്തമായ അനുഭവസമ്പത്തൊണ്ട്... അന്ന് ഞാനാണാ അങ്കത്തിന് തുണപോയത്. അന്ന് പോകാന്നേരം പുള്ളി പറഞ്ഞു...

എടാ നമ്മക്ക് ബ്ലൗസും വാങ്ങിച്ച് പെട്ടന്നിറങ്ങണം... ഒന്നും കഴിക്കാനൊന്നും നിക്കല്ല്.. എന്താന്ന് ചോദിച്ചാ കല്യാണത്തിനു

മുമ്പ് പെണ്ണിന്റെ വീട്ടീന്നൊന്നും കഴിക്കാമ്പാടില്ലാന്ന് നമ്മുടെ നാട്ടിൽ ഒരാചാരമുണ്ടെന്ന് പറയാം.

ഞാനേറ്റു. പക്ഷേ അവിടെചെന്നപ്പോത്തന്നെ എനിക്ക് വെശന്നു.. പക്ഷേ പുള്ളി ഒറച്ചുതന്നെ നിന്നു.

ചേട്ടത്തീടച്ഛൻ പറഞ്ഞു.

അതൊക്കെ വെറുതേ പറയുന്നതാ. കഴിച്ചിട്ടുപോയാമതീന്ന്... അപ്പപ്പിന്നെ ഞാനും അച്ഛന്റെ കൂടങ്ങുകൂടി... വയറിന്റെ കണ്ണീരൊപ്പി നിറച്ചു., ഇരുമ്പാണിക്ക് പകരം മുളയാണിവച്ച് ചതിച്ചു... വെശപ്പുകൊണ്ടുമാത്രം.

ഏതായാലും കാലത്തെണീറ്റ് കുളിച്ചൊരുങ്ങി ഞങ്ങളുരണ്ടാളുംകൂടി അങ്കത്തട്ടിലേയ്ക്ക്... പ്രത്യേകിച്ച് പ്ലാനൊന്നുമിട്ടില്ല. വരുമ്പോലെ വരട്ടെ. ഇത്തവണയെങ്കിലും പെണ്ണിനോട് സംസാരിക്കാനവസരം കിട്ടുമാരിക്കും.!! കണ്ടറിയാം.

ദാ കെടക്കുന്നു. പിന്നേ ആരൊക്കെയോ.! ഞങ്ങൾ പരസ്പരം നോക്കി. ഒന്നും നടക്കില്ല. എല്ലാം വിവാഹശേഷം എവിടേങ്കിലുംപോയി ഒളിച്ചിരുന്ന് സംസാരിക്കാം. കണ്ണുകൾ പരസ്പരം വാട്സ് ആപ്പ് മെസേജുകളയച്ചു.

എന്നാപ്പിന്നെ ഞങ്ങളിറങ്ങട്ടെ?.. അയ്യോ വന്നകാര്യം മറന്നു..

കണ്ണാ, ആ പൊതിഞ്ഞുവച്ചിരിക്കുന്ന ബ്ലൗസിങ്ങെടുത്തേ. വീട്ടിക്കൊണ്ടുവച്ചേക്കാതെ ഇന്നുതന്നെ തയ്ക്കാൻ കൊടുക്കണേ... ഓണത്തിന്റെ തെരക്കാരിക്കും.. അതുകൊണ്ടാ. ഈ മോഡല്തന്നെ മതി, കേട്ടോ..

ഓ, ശരി.

ബ്ലൗസ് സതിച്ചേച്ചീടെ കയ്യിലാ കൊടുക്കുന്നേ. ഓണത്തിന്റെ തെരക്കാരിക്കും.. കല്യാണത്തിനുമുമ്പ് കിട്ടിയാ കിട്ടി. !!

ഞാൻ ഡിഗ്രിക്കുചേർന്നപ്പോ തയ്ക്കാൻകൊടുത്ത ബ്ലൗസ് പിജീടെ റിസൾട്ട് വന്നപ്പഴാ കിട്ടിയേ. അതിലെ രണ്ടാമത്തെ കൈയുംകേറ്റി കൊളുത്തിട്ട അമ്മ ബ്ലൗസിന്റെ പൊറംകീറി തമിഴ് സിനിമേലെ പാട്ട് സീനിലെ നടിമാരെപ്പോലെയാ അന്ന് നിന്നത്.!

ചേച്ചീടെ കൊഴപ്പമല്ല ഇതൊന്നും... ചേച്ചി തയ്ക്കാനിരിക്കുമ്പോത്തന്നെ അടുത്തുള്ള പെണ്ണുങ്ങളെല്ലാം ചുറ്റും കൂടും. നൂല് വായിലിട്ട് നനച്ച് സൂചീലോട്ടിടാൻ പറ്റാറില്ല.!! പെണ്ണുങ്ങള് വന്നും പോയീം ഇരിക്കും. ചേച്ചി നൂല് വായിലിട്ട് ഉറുഞ്ചിക്കൊണ്ടുമിരിക്കും. സന്ധ്യയാവുമ്പം സൂചീം നൂലം പരസ്പരം നോക്കും.

ഇന്നും ഒന്നിക്കാനായില്ലല്ലോ എന്നോർത്ത് സങ്കടപ്പെടും. പൊട്ടിക്കരയും മൂക്കുപിഴിയും...

ഏതായാലും തുണീം അളവുബ്ലൗസും കൊടുത്തു...

ചേച്ചീ ഒരാഴ്ച മുമ്പെങ്കിലും തരണം,

ഒരാഴ്ചയോ, നാളെത്തന്നെ തരാം..

ഉള്ളിലെവിടെയോ ഒന്ന് കൊളുത്തി വലിച്ചു.!!

കല്യാണദിവസം രാവിലേ പെണ്ണിന്റെ ബ്ലൗസിനുവേണ്ടി കാത്തുനിൽക്കുന്ന അച്ഛനമ്മമാർ ഒരു മിന്നൽപോലെ എന്റെ മനസ്സിലൂടെ കടന്നുപോയി.!! കല്യാണത്തിന്റെ അന്നുരാവിലേ എങ്ങനേലും തച്ച് മോളിലുമാത്രം ഒരു കൊളുത്തും വച്ച് ബാക്കിക്കൊളുത്ത് കല്യാണംകഴിഞ്ഞുവച്ചുതരാതരാമെന്ന് പറഞ്ഞുകൊടുത്തുവിടും... പാവങ്ങൾ മിണ്ടാതെ മേടിച്ചോണ്ട്പോവും. മുഹൂർത്തത്തിനുമുമ്പെങ്കിലും ബ്ലൗസ് എത്തിക്കണമല്ലൊ... അങ്ങനൊന്നും വരുത്തല്ലേ ദൈവമേ!... കാത്തുകൊള്ളണേ..

ചേച്ചീ, ഈ മോഡല് തന്നെ തച്ചാമതി., ഇപ്പോഴത്തെ ഫാഷനാണെന്നാ പറഞ്ഞേ. അവരൊക്കെ വല്യ മോഡേണാ!!നമ്മളെപ്പോലെയൊന്നുമല്ല.

ചേച്ചി പൊതി തുറന്നു. പെണ്ണുങ്ങളെല്ലാം ചുറ്റും കൂടി. പുതിയ മോഡൽ ഫാഷൻ ബ്ലൗസ് കാണാൻ. തരുണീ മണികളുടെ കണ്ണുകൾ വിടർന്നു. ആരൊക്കെയോ അടക്കിച്ചിരിച്ചു. വയറിനു ചുറ്റും നാക്കൊള്ള സുമച്ചേച്ചി നാക്കൊന്നാഞ്ഞു കുടഞ്ഞു...

കുട്ടാ പെണ്ണ് ഇത്രേം മോഡേണാണെന്ന് ഞങ്ങളറിഞ്ഞില്ല!! ഇതിപ്പോ തുണി ഇതുമതിയാകുമോ എന്തോ!!

എല്ലാ കണ്ണുകളും എന്നിലേയ്ക്ക്... നോട്ടത്തിന്റെ അർത്ഥമറിയാതെ ഞാൻ ചൂളി. എനിക്ക് പിന്നേം പിന്നേം നാണം വന്നു.

ഏതാണ്ടിതേ നേരം, ഇതേസമയം.. ചെലപ്പോ ഒന്നോ രണ്ടോ സെക്കന്റ് അങ്ങോട്ടോ ഇങ്ങോട്ടോ മാറിക്കാണും. അങ്ങ് ദൂരെ പെണ്ണിന്റെ വീട്ടിൽ കുളിച്ചീറനോടെ പൊറത്തെറങ്ങി. വെള്ളി കെട്ടിയ മുടിയിഴകളിൽനിന്നും ഇറ്റുവീണ ജലകണങ്ങൾ തോർത്തുകൊണ്ടൊപ്പി കാത്തയമ്മൂമ്മ തന്റെ അലക്കിപ്പൊതിഞ്ഞു വച്ചിരുന്ന റൗക്ക കാണാഞ്ഞ് കണ്ണനെ നീട്ടി വിളിച്ചു.

ബൗളിംഗ് ബൗളിംഗ്

"പന്ത്രണ്ടാമത് ശിവരാജ് മെമ്മോറിയൽ ക്രിക്കറ്റ് ടൂർണമെന്റിൽ പങ്കെടുക്കാൻ താത്പര്യമുള്ളവർ അറിയിക്കുക"

അസോസിയേഷന്റെ ഗ്രൂപ്പിൽ വന്ന മെസ്സേജാണ്...

ഒരു നിമിഷംകൊണ്ട് ഉറങ്ങിക്കിടന്നിരുന്ന (അതോ ഉറക്കിക്കിടത്തിയിരുന്നതോ?) ആയ ക്രിക്കറ്റ് മോഹം സടകുടഞ്ഞു. അടുത്തിടെയുണ്ടായ ആക്സിഡന്റും അതിലും അടുത്ത് ഉണ്ടായ വലതു കയ്യിലെ ഒടിവും എല്ലാം മറന്നു...

ഗ്രൂപ്പിൽ ഞാനും പൊക്കി എന്റെ കൈ!!!!

അന്ന് വൈകിട്ട് തന്നെ ഉണ്ടായ പുതിയ ഗ്രൂപ്പിൽ കളിക്കാരുടെ ഗ്രൂപ്പിൽ, എന്റെ പേര്!!

സന്തോഷംകൊണ്ട് ഇരിക്കാനും നിൽക്കാനും ആയില്ല. പിന്നീടുള്ള രാത്രികളിൽ ഞാൻ വിക്കറ്റ് വീഴ്ത്തുന്നതും റൺ അടിക്കുന്നതും മാത്രമായി എന്റെ സ്വപ്നങ്ങളിൽ... പതിയെ പതിയെ ഗ്രൂപ്പിൽ ചർച്ചകളായി, തമാശകളായി, പ്രാക്ടീസിനുള്ള തീയതികളായി...

എന്തെല്ലാമോ... എന്തെല്ലമോ...

എല്ലാവരും പരസ്പരം അറിയുന്നവർ ഒരുമിച്ച് കളിച്ചവർ...

ഞാൻ മാത്രമാണോ പുതുമുഖം?...

അതോ അപരിചിതനോ?

ആളുകളോട് പെട്ടെന്ന് ഇടിച്ചുകേറി ബന്ധം സ്ഥാപിക്കാതിരിക്കുന്ന എന്തോ ഒരു ഇത് എന്നെ ഗ്രൂപ്പ് ചർച്ചകളിൽ നിന്നും പിൻവലിക്കുന്നത് പോലെ...

ഒന്നിനുമീതെ ഒന്നായി വന്ന പരിപാടികൾ പ്രാക്ടീസുകളിൽ നിന്നും എന്നെ പിന്തിരിപ്പിച്ചു. പ്രാക്ടീസ് നടക്കുന്ന ഗ്രൗണ്ടിലേക്കുള്ള ദൂരമോ എന്റെ മടിയോ ഒക്കെ...

ഒടുവിൽ ടീം തിരഞ്ഞെടുപ്പിന്റെ ദിവസം വന്ന മറ്റൊരു പരീക്ഷ അതിൽ നിന്നും എന്നെ വിലക്കി... നിരാശ...

സ്വപ്നങ്ങൾ ക്രിക്കറ്റ് ഗ്രൗണ്ട് വിട്ട് പുതിയ പുതിയ മേച്ചിൽ

പുറങ്ങൾ തേടി അലഞ്ഞു... അങ്ങനെ കളിയുടെ ദിവസമെത്തി ഗ്രൂപ്പുകളിൽ വന്ന മെസ്സേജുകളിലൂടെ ഞാനറിഞ്ഞു എന്റെ ടീം സെമിയിലെത്തിയെന്ന്... സന്തോഷം തോന്നി... പിന്നാലെ ഗ്രൂപ്പിൽ വന്ന സന്ദേശങ്ങളിൽ നിന്നും മനസ്സിലായി ടീമിൽ ഒരു ബൗളറുടെ കുറവുണ്ടെന്ന്... സ്വപ്നങ്ങൾ വീണ്ടും റിവേഴ്സിട്ടു.

ക്രിക്കറ്റ് ക്രിക്കറ്റ് ഒൺലി ക്രിക്കറ്റ്

എന്റെ ഉള്ളിലെ പഴയമീഡിയം പേസർ ഉണർന്നു. ഞാനറിയിച്ചു എന്റെ ഗ്രൂപ്പിൽ

I Can bowl medium pace. I will join tommorrow.

രാത്രി എപ്പോഴോ ഉറങ്ങി... രാവിലെ ഉണരാൻ വേണ്ടി മാത്രം... എന്റെ യോർക്കറുകളിൽ വീഴുന്ന വിക്കറ്റുകൾ മാത്രമായിരുന്നു മനസുമുഴുവൻ... സ്വപ്നങ്ങൾക്ക് ഇത്ര സന്തോഷം നൽകാൻ കഴിയുമായിരുന്നോ?

രാവിലെ എണീക്കുമെന്ന് പറയുമ്പോൾ പുച്ഛിക്കുന്ന ഭാര്യയെ ഞെട്ടിച്ചുകൊണ്ട് ഞാനെണീറ്റു. എട്ടരയ്ക്ക് കൊല്ലത്ത് എത്തണം... അവിടെനിന്ന് ബസ്സുണ്ട്... അതിൽ പോയി തിരുവനന്തപുരത്താണ് കളിക്കേണ്ടത്. പ്രിയതമയ്ക്ക് വിഷമം ഉണ്ടാകാതിരിക്കാൻ വേണ്ടി മാത്രം അല്പം ദോശ കഴിച്ചു... വിഷ്ണുവിനെയും കൂട്ടി അടുത്തബസ്സ്റ്റോപ്പിലേക്ക്... കളിക്കാനാണ് പോകുന്നത് എന്നറിയുമ്പോൾ അമ്മയുടെ മുഖം സങ്കടം കൊണ്ട് നിറയും!.. കളിച്ചു സമ്പാദിച്ച പരിക്കുകളുടെ എണ്ണം അമ്മ എടുക്കുന്നത് അച്ഛന്റെ കൈ വിരലുകളും കൂടി എണ്ണാൻ കടമെടുത്താണ്!!! യാത്രയാക്കാൻ അതുകൊണ്ടാവണം അമ്മ പുറത്തേക്ക് വന്നില്ല. യാത്ര മുടങ്ങേണ്ട എന്ന് കരുതി അച്ഛനോട് ഒരു മീറ്റിങ്ങിന് പോകുന്നു എന്ന് പറഞ്ഞു...

മോളും കെട്ടിയോളും വിജയിച്ചു വരാൻ ആശംസിച്ചു...

കൊല്ലത്തേയ്ക്കുള്ള ബസുകൾ പെട്ടെന്നുതന്നെ കിട്ടി. ലക്ഷണങ്ങൾ എല്ലാം ശുഭം ആണല്ലോ എന്ന് മനസ്സ് സന്തോഷിച്ചു... കൊല്ലത്തുനിന്നും ടീം അംഗങ്ങളോടൊത്തു ഗ്രൗണ്ടിലേയ്ക്ക് യാത്രതിരിച്ചു. ഗ്രൂപ്പിൽ സജീവമാകാതിരുന്നതെന്തെന്ന് ഒരു സുഹൃത്ത് ചോദിച്ചു? ഞാൻ വെറുതെ ചിരിച്ചു.

എന്റെ സ്വപ്നങ്ങളിലെ, ഞാൻ വീഴ്ത്തുന്ന വിക്കറ്റുകൾ ആണോ, ചിരിയായി പുറത്തുവന്നത്.

ആവോ?... ഗ്രൗണ്ടിലെത്തി. ആദ്യ സെമി നടന്നുകൊണ്ടിരിക്കുന്നു. എന്റെ ടീമിലെ ആളുകൾ വന്നുകൊണ്ടിരിക്കുന്നതേയു

ള്ളൂ. ആരോ പറഞ്ഞു; നീ ബൗൾ ചെയ്യില്ലേ പ്രാക്ടീസ് ചെയ്യാൻ...

ആദ്യം എറിഞ്ഞ ബോൾ എങ്ങോട്ടോ പോയി! ആദ്യത്തെ യല്ലേ അടുത്തത് ശരിയാക്കാം. അടുത്തത് ശരിയായി! പിന്നീട ങ്ങോട്ട് വല്ലപ്പോഴും വല്ലപ്പോഴും മാത്രം ശരിയായി!!! ആരോ പറ യുമ്പോലെ ബാക്കിയെല്ലാം ശശിയായി!!!!!!

എന്റെ പരിക്കുകൾ എന്നെ വേദനിപ്പിക്കുന്നു... എന്റെ മന സ്സിനൊപ്പം ശരീരം വഴങ്ങുന്നില്ല... പതിയെ ഞാൻ തിരിച്ചറി ഞ്ഞു... എന്റെ വേഗത കുറഞ്ഞിരിക്കുന്നു... എനിക്ക് യോർക്ക റുകൾ എറിയാൻ ആകുന്നില്ല... എനിക്ക് എന്നോട് തന്നെ ഒരു അവജ്ഞ തോന്നിയോ?

പന്ത് ലൈനിലെറിയാൻ ഞാൻ ശ്രമിച്ചുകൊണ്ടേയിരുന്നു... ഇടയ്ക്കെപ്പോഴോ നിലം തൊടാതെ ബാറ്റ്സ്മാന്റെ തലയ്ക്കു മുകളിലൂടെ പോയ പന്ത് കണ്ട് "bowling bowling" എന്നാരോ പരിഹസിച്ചു...

I can bowl medium pace

ഞാൻ തന്നെ ഗ്രൂപ്പിലിട്ട എന്റെ മെസ്സേജ് എന്നെ നോക്കി ചിരിക്കുന്നുണ്ടോ?

ഇടയ്ക്കെപ്പോഴോ ചിരിക്കുന്ന മുഖമുള്ള ഒരു ടീമംഗത്തോട് ഞാൻ ചോദിച്ചു. ഞാനില്ലാതെ പതിനൊന്നാളുണ്ടാവുമോ?

ഇന്ന് ആവശ്യത്തിനാളുണ്ടെന്ന മറുപടി എന്നെ തെല്ലൊന്നാ ശ്വസിപ്പിച്ചു...

എന്റെ വാക്കുവിശ്വസിച്ച് എന്നിൽ പ്രതീക്ഷയർപ്പിച്ചവർ എന്നെ ഇപ്പോൾ അവജ്ഞയോടെ ആണോ നോക്കുന്നത്? ആവോ അറിയില്ല...

ഞാൻ പതുക്കെ ജഴ്സി ഊരി കയ്യിൽ പിടിച്ചു. എന്നെ ടീമിൽ ഉൾപ്പെടുത്തില്ലാന്ന് എനിക്കൊരു തോന്നൽ...

ആരോടും ഫ്രീയായി ഇടപെഴകാനും എനിക്ക് കഴിയുന്നി ല്ലല്ലോ ദൈവമേ..

ആരും എന്നോടൊന്നു ചിരിക്കുന്ന പോലുമില്ലല്ലോ.

ഇന്നിവിടെ വരാൻ തോന്നിയ നിമിഷത്തെ ഞാൻ നൂറ് തവണ ശപിച്ചു...

"Come on boys"ക്യാപ്റ്റന്റെ വിളി... എല്ലാവരും ചേർന്ന് സർക്കിൾ ഫോം ചെയ്തു. ഞാൻ ടീം അംഗങ്ങളുടെ പേര് വായിക്കാം... പതിനൊന്നു പേരിലും ഞാനില്ല! പന്ത്രണ്ടാമൻ ആയെങ്കിലും... ഇല്ല അങ്ങനെ ഒരാളില്ല...

മുഖത്ത് ഭാവമാറ്റം വരാതിരിക്കാൻ ഞാൻ പാടുപെട്ടു... ദൈവമേ! എങ്കിലും എന്റെ ടീമിന്റെ കളി ഞാൻ ആസ്വദിച്ചുകണ്ടു... അതിന്റെ നേട്ടങ്ങളിൽ ആത്മാർത്ഥമായി സന്തോഷിച്ചു... കളി കഴിഞ്ഞു... തോറ്റുപോയ എനിക്ക് ജയപരാജയങ്ങൾ പ്രത്യേക വികാരങ്ങളൊന്നും ഉണർത്തിയില്ല... ഊണുകഴിഞ്ഞ് മടങ്ങണം... വന്ന വാഹനത്തിൽ തിരിച്ചു യാത്രചെയ്യാൻ തോന്നിയില്ല. അല്ല... എനിക്കതിന് കഴിയുമായിരുന്നില്ല...

എന്തിനോ വേണ്ടി എല്ലാവരോടും യാത്രപറഞ്ഞ് ബസ് സ്റ്റോപ്പിലെത്തി.. അപമാനിതനായപോലെ... എനിക്കിത് സഹിക്കാനാകുന്നില്ലല്ലോ ദൈവമേ... എനിക്ക് വീട്ടിലെത്തണം. ബസ് കാത്തുനിൽക്കാൻ തുടങ്ങിയിട്ട് യുഗങ്ങളായതുപോലെ...

ആകാശത്തിലൂടെ അപ്പോൾ പറന്നുപോയ യന്ത്രപ്പക്ഷി താഴ്ന്നിറങ്ങി എന്നെയും റാഞ്ചി പറന്നെങ്കിൽ...

ഇനിയും പരീക്ഷിക്കരുതേ... എന്റെ പരാജയം ഞാൻ മനസ്സിലാക്കുന്നു... അല്ല ഇത് തിരിച്ചറിവിന്റെ യാത്രയായിരുന്നു... പാരാജയത്തിന്റെയല്ല. അറിവല്ല തിരിച്ചറിവാണ് വേണ്ടത് എന്ന് ഞാൻ ഉൾക്കൊള്ളുന്നു... എന്റെ മനസ്സ് കലുഷമാണ്. എങ്കിലും എന്റെ ശരീരം ഞാൻ തിരിച്ചറിയുന്നു... എന്റെ മനസ്സും

ഞാൻ പിന്മാറില്ല...

ഞാൻ വരും.

എന്നെ ശക്തനാക്കി.. എന്റെ മനസ്സിനെ ശക്തമാക്കി... ജയിക്കാൻ... ജയിക്കാൻ മാത്രം

എന്നെ സ്നേഹത്തോടെ ചേർത്ത് പിടിക്കാൻ... ഒന്നിച്ച് വിജയം പങ്കിടാൻ...

&... & to place my yorkers in the right spot...

വാക്ക് വാക്കേ... ചാക്ക് ചാക്കേ

ഏട്ടാ കറണ്ട് പോയി.

ഭാര്യയുടെ സങ്കടം ഉറക്കെ പറഞ്ഞത് കൊണ്ട് മാത്രം ഞാൻ കേട്ടു. എന്റെ ആദ്യകഥയുടെ പ്രതികരണങ്ങൾ അറിയാൻ വേണ്ടി മൊബൈലിൽ തലകുമ്പിട്ടിരുന്ന ഞാൻ ചെറുതായൊന്ന് ഞെട്ടി. എന്തെങ്കിലും പ്രതികരിച്ചില്ലെങ്കിൽ ചിലപ്പോളവൾ അക്രമാസസക്തയാകും അതുകൊണ്ട് മാത്രം ചോദിച്ചു, എന്താ സേതു.?

ഒന്ന് കെ.എസ്.ഇ.ബിയിൽ വിളിച്ചേ.

സേതു എനിക്കും കൂടി ഉണ്ണാനുള്ള അത്താഴം വിളമ്പുകയാണെന്നുകൂടി ഓർക്കാതെ മൊബൈലിൽ നിന്നും കണ്ണെടുക്കാതെ പാതി ബോധത്തിൽ ഞാൻ പറഞ്ഞു.

നീയൊന്നു വിളിച്ചേ... ഞാനിന്നലെ കൊണ്ടുവന്ന രണ്ടു ബോൾ ഐസ്ക്രീം ഫ്രിഡ്ജിലിരിപ്പൊണ്ടെന്നു അവരോട് പറ...

ഒരു പാത്രം ചളപളാ ചളപളാ എന്ന് താഴെ വീഴുന്ന ശബ്ദം ശ്രവിച്ചപ്പോൾ മാത്രമാണ് ഞാൻ പറഞ്ഞത് എന്ത് അബദ്ധമാണെന്ന് ഞാൻപോലും ചിന്തിച്ചത്. ഭാഗ്യം എനിക്ക് കിട്ടാനുള്ളത് ആ പാത്രത്തിന് കിട്ടി എന്ന് ഉള്ളാലെ സന്തോഷിച്ചു.

അല്ല അവളെ കുറ്റം പറയാൻ പറ്റില്ല. രാവിലെ നാലുമണിക്ക് എണീറ്റ് അടുക്കളെ കേറുന്നതാ എല്ലാ ദിവസവും രാവിലെ. അങ്ങനൊരു സമയമുണ്ടെന്നുപോലും നാട്ടുകാര് പറഞ്ഞ അറിവേ എനിക്കുള്ളൂ. സേതു എന്തൊക്കെയോ പണികൾ ഒതുക്കി ഏഴര മണിക്ക് കുളിച്ച് റെഡിയായി ഓഫീസിലേയ്ക്ക് ഒരു പോക്കുണ്ട്. അപ്പോഴായിരിക്കും ഞാനും മോളും പായേന്ന് തലപൊക്കുന്നത്. ഇനിയിപ്പം പണി രാവിലെത്തെ പെട്ടെന്ന് തീർന്നാലും എങ്ങനെങ്കിലും ഏഴര ആക്കിട്ടേ പുള്ളിക്കാരി എറങ്ങു. ഇത്തിരിനേരത്തെ എറങ്ങിയാൽ ഇവൾക്ക് സമാധാനത്തോടെ വണ്ടിയോടിച്ചു പൊക്കൂടെ എന്ന് ഞാനെപ്പോഴും ചിന്തിക്കും. തടികേടാകാതിരിക്കാൻ വേണ്ടി ചോദിക്കാറില്ലെ

ന്ന മാത്രം!!!!!

അങ്ങനെയുള്ള സേതുവിനോടാണല്ലോ ഞാൻ ബോധമില്ലാതെ സംസാരിച്ചത്... വെറുതെയല്ല മോളെന്നെ 'എടാ മണ്ടാ' എന്ന് ഇടയ്ക്കിടയ്ക്ക് (സത്യം പറഞ്ഞാൽ എപ്പോഴും) വിളിക്കുന്നത്.

ഈശ്വരാ, ഓരോന്ന് പറഞ്ഞു നിന്ന് സമയം പോകുന്നതറിഞ്ഞില്ല... ഒമ്പത് മണി ആയല്ലൊ! അയ്യോ എനിക്ക് ഒമ്പത് മണിക്കാണല്ലോ ഇറങ്ങേണ്ടേ!

പല്ലുപോലും തേച്ചില്ല. എങ്ങനെയൊക്കെയോ റെഡിയായി... ഷർട്ട് ഒന്നും തേച്ചില്ല... സാരമില്ല, വണ്ടി 100-110 വേഗത്തിൽ ഓഫീസിലെത്തിച്ചു. ഓഫീസിൽ പതിവ് യുദ്ധമുറകൾ. മലപ്പുറം കത്തി മുതൽ മിസൈൽ വരെ മുന്നിൽ വരും. ഒരു കാര്യം ഒരു തവണ പറഞ്ഞാൽതന്നെ മനസ്സിലാകുന്നവർ... ഒരു കാര്യം തന്നെ നൂറു തവണ പറഞ്ഞാലും ആദ്യം മുതൽ ചോദിക്കുന്നവർ... എടിഎം കാർഡ് എവിടെ എന്ന് ചോദിക്കുമ്പോൾ കൊച്ചുമോള് പഠിക്കുന്ന ബുക്കിൽ അടയാളം വച്ചിരിക്കുകയാണെന്ന് പറയുന്നവർ... റോസാപ്പൂക്കൾ... കള്ളിമുള്ളുകൾ... അവസാനം...

നേരെ ഒടിഞ്ഞുമടങ്ങി വീട്ടിലേയ്ക്ക്... വീട്ടി വന്നപ്പോ കസ്തൂരിമാനും ബാലവീറും ഓരോ റൂമിലും ശത്രുസംഹാരപൂജയിൽ...

പതിവുപോലെ, സേതു കുളിച്ചാരുന്നോ എന്നു ചോദിച്ചു. ഇല്ല എന്ന് നിസംഗഭാവത്തിലുള്ള മറുപടി. നിന്നോട് ഞാൻ പറഞ്ഞിട്ടില്ലേ ഓഫീസിൽ നിന്ന് വന്നാ കുളിക്കണോന്ന്... പൈസയൊക്കെ കൈകാര്യം ചെയ്യുന്നത് അല്ലേ; പോയി കുളിക്ക്. എന്റെ അപേക്ഷയായിട്ട് കണ്ടാമതി.

എടുത്ത വായ്ക്ക് മറുപടി വന്നു. കാർഷികവായ്പ എഴുതിതള്ളുന്നില്ലേ. അതുപോലെ ഈ അപേക്ഷയും തള്ളുന്നെന്ന് .സ്തംഭിച്ചുപോയി. വിയർത്തു കുളിച്ചു. ഇപ്പോ ഇങ്ങനെ കേട്ടത് നന്നായി.

...കുറച്ചു കഴിഞ്ഞാരുന്നെങ്കി ഒന്നൂടെ കുളിക്കേണ്ടി വന്നേനേ!!!

രണ്ടു ദെവസായിട്ട് ചീരക്ക് വെള്ളമൊഴിക്കുന്നില്ല. മിനിഞ്ഞാന്ന് ചീരയ്ക്ക് നനച്ചുകൊണ്ടിരുന്നപ്പോൾ ശൂ ശൂ ന്ന് വിളിച്ച് ചമ്മിച്ച പാമ്പിൻ കുഞ്ഞിനെ പേടിച്ചാണ്...

ഇതെല്ലാം കഴിഞ്ഞാണ് കറന്റ് പോയത്. അങ്ങനെ ഇന്നത്തെ മെഴുകുതിരി അത്താഴവും കഴിഞ്ഞു. (ഭാര്യയുടെ വലിയ ആഗ്രഹമാണ് എവിടെയെങ്കിലും പോയി കാൻഡിൽ ലൈറ്റ് ഡിന്നർ കഴിക്കണമെന്ന്)

കെ.എസ്.ഇ.ബി. ആണ് എന്നും അത് സാധിച്ച് തരുന്നത്. എനിക്ക് ഇടി മേടിച്ചുതരാത്തതിന് കെ.എസ്.ഇ.ബി ഈ വീടിന്റെ ഐശ്വര്യം എന്നെഴുതി വച്ചാലോ എന്ന് വരെ ഞാൻ ആലോചിച്ചിട്ടുണ്ട്. പറഞ്ഞു പറഞ്ഞ് നേരം പന്ത്രണ്ടായി. നാളെ ഞായറാഴ്ച ആയതുഭാഗ്യം. സേതൂ, നാളെ ഞായറാഴ്ചയാണ്. പതിവുപോലെ ഉച്ചയ്ക്കുശേഷം സിനിമയ്ക്ക് പോകാമെന്ന് പറഞ്ഞ് എല്ലാ ജോലിയും ചെയ്യിക്കണം. സിനിമയ്ക്ക് പോകാൻ പറ്റാത്തതിന് ക്ഷമ ചോദിക്കണം.

വിചാരിച്ചത് പോലെ നടന്നാൽ മതിയാരുന്നു...

അപ്പം എല്ലാർക്കും എന്റേം സേതുന്റേം മോൾടേം ഹാപ്പി സൺഡേ...

ബൈ... ബൈ...

അഹം സെൽഫിയാസ്മിം

ഈ മഞ്ഞ കഴിച്ചാ ഇത് നിന്നെ പിടിച്ച് കടിക്കുവോ? എപ്പ മൊട്ട കഴിച്ചാലും ഇതിങ്ങനെ മിച്ചം വയ്ക്കരുതെന്ന് എത്രവട്ടം പറഞ്ഞിട്ടൊണ്ട്... ഇത് വെള്ളേടെ കൂടെ കറീല് മുക്കി കൊഴച്ച് കഴിച്ചാ എന്ത് വരും... ഫുഡ് വേസ്റ്റാക്കരുതെന്ന് എത്ര പറഞ്ഞാലും കേക്കില്ല... അല്ലല്ലേ അതെന്തിനാ എന്റെ പാത്രത്തിലോട്ടിടുന്നെ? എനിക്കെങ്ങും വേണ്ട... നീ തന്നങ്ങ് തിന്നേച്ചാ മതി... ഒരു മൊട്ട തന്നെ വല്യ പാടുപെട്ടാ കഴിച്ചേ. അല്ലെങ്കി തന്നെ മഞ്ഞ മാത്രമായിട്ട് കഴിച്ചാ ഈ സാധനം തൊണ്ടേക്കെട്ടും...

അല്ല കഴിക്കാതെ തന്നെ തൊണ്ടേക്കെട്ടി... സ്വാമീയേ... ക്ഷമിക്കണേ...

ഞാനോർത്തില്ല... വ്രതത്തിലാരുന്നൂന്ന്!!!!

ക്രിസ്മസും ന്യൂ ഇയറും കഴിഞ്ഞ് സ്വസ്ഥമായിട്ട് ഇന്നലെ മൊതല് വ്രതം തൊടങ്ങീതെ ഒണ്ടാരുന്നൊള്ള്... ഇനീപ്പം അമ്പാലിട്ട് ആദ്യം മൊതല് തൊടങ്ങണം... ഈ മൊട്ടേം കൂടെ ദഹിച്ചിട്ട്!!!!

ഇനി ആകെക്കൂടെ നാലഞ്ച് ദെവസം കൂടേയൊള്ള് മലകേറാൻ.. അത്രേം ദെവസം കഠിനവ്രതം എടുത്തേക്കാവേ സ്വാമീ... പരീക്ഷിക്കല്ലേ... ഈ മൊട്ട ഒന്ന് കണ്ണടച്ചേക്കണേ... മിച്ചം വന്ന ഉള്ളിക്കറി വടിച്ച് വെരല് നക്കി വെള്ളോം കുടിച്ച് ഒരു മുഴുത്ത ഏമ്പക്കോം വിട്ടു...

ശബരിഗിരിയിലേയ്ക്ക്... അനൂപ്സ്വാമി വക ഗ്രൂപ്പ് മൊളപൊട്ടി കൊടവിരിച്ചു. അയ്യപ്പന്മാരെല്ലാം ഒരു ഗ്രൂപ്പ് കുടയിൽ... നൗഷു സ്വാമി ഭക്തിഗാനങ്ങളാൽ ധാരകോരി... ബിനു സ്വാമി അയ്യപ്പന്മാരുടെ ഫോട്ടോ കളക്ട് ചെയ്തു... ഫോട്ടോ പൂജിച്ചു കൊണ്ടുവരാംന്ന് പറഞ്ഞ് കൂടെയുള്ള സകല പെൺകുട്ടികളുടെയും ഫോട്ടോ കളക്ട് ചെയ്ത് പുതിയൊരാൽബം കൂടി സെറ്റ് ചെയ്ത് അലമാരേലൊളിപ്പിച്ചു!!!! ഗുരു അജി സ്വാമി അരുൾപ്രകാരം കെട്ട് മുറുക്ക് പമ്പയിൽ ഉറപ്പിച്ചു...

അങ്ങനെ കാത്തുകാത്തിരുന്ന ആ ദിവസവും വന്നു. രാവുണരാൻ കാക്കാതെ ഞാനുണർന്നു... അസമയത്ത് ഉണർത്തിയതിന് മൊബൈൽമുത്ത് ദേഷ്യത്തിൽ ടിർ ടിർ അടിച്ചു... അതിലും ദേഷ്യത്തിൽ ഞാനതിന്റെ കഴുത്തിൽ പിടിച്ചു... ഒച്ച നിലച്ചു... ഒരഞ്ചുമിനിറ്റ് കൂടി... കൺപീലികൾ പ്രണയത്തോടെ വീണ്ടും പുണരാൻ കെഞ്ചി... എന്റെ ബലിഷ്ഠ കരങ്ങൾ പ്രണയം അവസാനിപ്പിക്കാൻ ഭീഷണി മുഴക്കി... ഇനി കെടന്നാ പറ്റില്ല... ചടപടാന്നൊരുങ്ങി... സ്വാമിമാരെല്ലാം അടൂരിൽ... സമയം 5.30... അനൂപ് സ്വാമി വക, പുറപ്പെടും മുമ്പ് ഒരു പുറപ്പെടും സെൽഫി... സെൽഫി തീർന്നു... സമയം 5.45!!!

ഈരണ്ടു തടിയൻ സ്വാമിമാർ വീതം പുറകിലും മുമ്പിലും. തടിയില്ലാ സ്വാമിമാർ നടുസീറ്റിലും!!!! സ്വാമിയേ ശരണമയ്യപ്പ... വണ്ടി സ്റ്റാർട്ട് ചെയ്തു. ഒരു സെക്കൻഡ്...

ഒരു സ്റ്റാർട്ട് സെൽഫി...

സമയം 6. 00 മണി

യാത്ര... പുരാതനമായ ഓമല്ലൂർ ശിവക്ഷേത്രവും തൊഴുത്... വഴിയിൽ എവിടെയോ ഒരു മുള്ളൽ സ്റ്റോപ്പ്!!! മുള്ളൽ സെൽഫി!... സമയം എട്ടുമണി... കാലത്തെണീറ്റത് കൊണ്ടോ എന്തോ കയറ്റം കേറുന്ന വണ്ടിയേക്കാൾ ശബ്ദത്തിൽ വയർ എരയ്ക്കുന്നു!!!

സമയം 8.30... കാപ്പികുടി, ചൂട് പൊറോട്ടയും ദോശയും കടലക്കറിയും... പിന്നെ ഒരു ബ്രേക്ക്ഫാസ്റ്റ് സെൽഫിയും...

പമ്പയിൽ എന്ത് പെട്ടെന്നാ എത്തിയത്... പമ്പയിൽ കൈകാൽ നനച്ച് പമ്പാ ഗണപതിയെ തൊഴുത് കെട്ട് മുറുക്കും

കെട്ടുസെൽഫിം...

ഇനി കയറ്റം... സ്വാമിയേ ശരണമയ്യപ്പാ...

നമുക്ക് ഒരു ധൃതീമില്ല പതുക്കെ കേറിയാ മതി... ഒരു ക്ഷീണോം വരില്ല. എന്തേലും ബുദ്ധിമുട്ട് തോന്നിയാ സ്വാമിയേ വിളിച്ചോണ്ടങ്ങ് കേറിയേക്കണം... എല്ലാം കേട്ടു... മനസ്സിലുറപ്പിച്ചു. ഒന്നിച്ച് നീലിമല കയറ്റം... നീലിമലയ്ക്ക് കഴിഞ്ഞതവണ വന്നേലും പൊക്കം വച്ചോ അജിസ്വാമീ...

ഒരു വയസ്സ് കൂടീല്ലേ സ്വാമി... അതാണീ പൊക്കം കൂടാൻ കാര്യം... വയസ്സ് കൂടുംതോറും മലകൾക്ക് പൊക്കം കൂടുമെന്ന സത്യം ഞാനറിഞ്ഞു!!!!... ഒട്ടും നീങ്ങുന്നില്ല. സൈഡിലൊതുങ്ങിയിരുന്നു... കയ്യിലിരുന്ന വെള്ളം മടമടാ മോന്തി!!!!

പതുക്കെ കേറിയാ മതിന്ന് പറഞ്ഞ് അനൂപ്സ്വാമിയും ഗുരു സ്വാമിയും കൂടെ നിന്നു. ഇരുന്നും കെടന്നും സെൽഫി!!! കൂടെ വന്ന തടിയൻ സ്വാമിമാർ ബിനുസ്വാമിയുടെ തള്ളൽ കേട്ട് തള്ളി ക്കേറിപ്പോയി!!! ഒറ്റ ഓട്ടത്തിന് അവർക്കരികിലെത്താൻ മനസ്സ് കൊതിച്ചു... കാലുകൾ സമ്മതിക്കാതെ പുറകോട്ട് വലിച്ചു!!! കുടിച്ച വെള്ളം ഒഴുകി ഇറങ്ങി പമ്പയിൽ ലയിച്ചു!!! അങ്ങനെ നീലിമല കഴിഞ്ഞു!!!

ഇനി കരിമല... കരിമല ഇത്രയും ടഫല്ല... അനൂപ് സ്വാമി അരുൾ!!! മനസ്സൊന്നുകുളിർത്തു.. കുളിരിനു ചൂടേറ്റി അഞ്ചാറ് സ്വാമിമാർ ശരണം വിളിച്ച് മുന്നോട്ട്...

കരിമല കയറ്റം കഠിനം പൊന്നയ്യപ്പ... സ്വാമീമീമീ!!! മൂന്ന് കുപ്പി വെള്ളവും മുപ്പത് റസ്റ്റും കഴിഞ്ഞ് കരിമലയും താണ്ടി!!! അപ്പാച്ചിമേട് എത്തേണ്ടിവന്നു കൂടെ വന്ന ബാക്കി സ്വാമി മാരെ കണ്ടെത്താൻ!!!! അണച്ച് പത വെട്ടി സ്വാമിമാർ ഉണ്ടയെ റിഞ്ഞു... അയ്യോ! സ്വാമി സെൽഫിയെടുത്തില്ല, വെറുതെ ഒന്നാ ക്ഷനിട്ടേ...

ഉണ്ടസെൽഫി

ഗോപി സ്വാമി. ദോണ്ടെ മലയണ്ണാൻ തണ്ണിമത്തൻ തിന്ന്ന്... സ്വാമി കൊഞ്ചം തള്ളുങ്കോ... ഏയ് ഞാൻ തള്ളിയതൊന്നുവല്ല. എല്ലാം സത്യവാ.. ബിനുസ്വാമി ഇടഞ്ഞു... നൗഷു സ്വാമി കണ്ണ ടച്ചുകാണിച്ച് ബിനുസ്വാമിയെ ശാന്തനാക്കി... നിങ്ങളെ അല്ല സ്വാമി... തമിഴ്!!! തമിഴ്!!! ബൈജു സ്വാമിയോട് വഴീന്ന് മാറി നിന്ന് അണ്ണാനെ നോക്കാൻ പറഞ്ഞതാ... തണ്ണിമത്തൻ പോയ മലയ ണ്ണാനെ പോലെ ബൈജുസ്വാമി സൈഡൊതുങ്ങി...

കയറ്റത്തിനൽപം ആശ്വാസം!!!!

ശബരിക്ക് കറുപ്പ് കച്ച കൊടുത്ത്... ശരംകൊത്തിയിൽ അമ്പും തറച്ച്...

ഇനി വേഗം നടക്കണേ; നട അടയ്ക്കാറായി... കാലുകൾക്ക് പതിവില്ലാത്ത വേഗം... ഇനി അയ്യനെ കാണാൻ ഈ പതിനെ ട്ടു പടികൾ മാത്രം... കണ്ടോ കണ്ടോ ഒരു തെരക്കുമില്ല... സത്യ ത്തിൽ പതിനെട്ടുപടിയും സ്വസ്ഥമായിട്ട് കാണാൻ പറ്റിയതിന്നാ!!! ഓരോ പടിയും തൊട്ടുവണങ്ങി കേറി!!! ആരും കൂട്ടം തെറ്റാതെ നോക്കിക്കോണേ... പറഞ്ഞ സ്വാമി ആ നിമിഷം തന്നെകൂട്ടം തെറ്റി കൂട്ടം തെറ്റിയ സ്വാമിമാരുടെ ഗുരുസ്വാമിയായി!!! എളുപ്പം വന്നേ, നെയ്യഭിഷേകം നടക്കുവാ... മുന്നിൽ നിറയെ സ്വാമിമാർ...

ഒരു രക്ഷേമില്ല... അജിസ്വാമി പുറകിലെ കണ്ണാടി ചൂണ്ടികാണിച്ചു... അതിലൂടെ അഭിഷേകം കാണാൻ!!! സ്വാമീ ഈ ദർശനമല്ലല്ലോ ഞാനാശിച്ചത്. എന്റെ പൊന്ന് സ്വാമി!!! സ്വാമി ഇങ്ങോട്ട് വന്നേ; ഇവിടെ പിടിച്ച് കേറ്... അനൂപ് സ്വാമി തിടപ്പള്ളിയുടെ വശത്തെ പടിയിൽ തൂങ്ങി വിളിക്കുന്നു!!! എനിക്കുള്ള സ്ഥലവും കാത്ത്... ഇപ്പോൾ എനിക്ക് അയ്യനെ കാണാം!!! അഭിഷേകം കാണാം!! കൺ നിറയെ കണ്ടു... സ്വാമിയേ ശരണമയ്യപ്പ... ഞാൻ അറിയാതെ എന്റെ മനസ്സ് മന്ത്രിച്ചു... നാവിൽ സ്വാമിമന്ത്രം മാത്രമായ്... എനിക്ക് ചുറ്റും അതേ മന്ത്രം സ്വാമി മാത്രം... ഞാനെന്റെകണ്ണുകൾ ഇറുക്കിയിറുക്കിയടച്ചു... കാതുകൾ പൊത്തിപ്പൊത്തിപ്പിടിച്ചു... ഇനിയൊന്നും കാണാതിരിക്കാൻ... ഇനിയൊന്നും കേൾക്കാതിരിക്കാൻ. ഞാനലിഞ്ഞില്ലാതാകുന്നത് ഞാനറിയുന്നു... എന്റെ സ്വാമി... എന്റെ പൊന്ന് സ്വാമി... ഹരിഹരസുതനയ്യനയ്യപ്പ സ്വാമിയേ...

ഗൗളീശപ്പണിക്കർ

ഗൗളിചെലച്ചു. പ്രത്യേകിച്ച് കാര്യമൊന്നുമുണ്ടായിട്ടല്ല...

ബോറടിച്ച് പണ്ടാരമടങ്ങിയപ്പോ ഒന്ന് കണ്ണടച്ചാരുന്നു... എടയ്ക്കെപ്പഴോ ഒന്നെണീറ്റ് മൂരിനിവർത്തിയപ്പൊ ചുമ്മാ ചെലചെലാന്ന് വന്നു... അങ്ങ് ചെലച്ചു... അത്ര തന്നെ... കവടി കൈയ്യിലിട്ട് ഞെരിച്ച് അങ്ങോട്ടുമിങ്ങോട്ടും നീക്കി മുന്നിൽ ഭക്തി പുരസരം വായും പൊളിച്ചിരിക്കുന്ന പ്രശ്നക്കാരനെ ഏറു കണ്ണിട്ടുനോക്കി പണിക്കരെന്തോ പറഞ്ഞ് നാക്ക് വായിലേക്ക് വലിച്ചതും ഏതാണ്ടിതേ സമയം... പണിക്കര് പറഞ്ഞതെത്ര കൃത്യം... അല്ലെങ്കി പിന്നെ ഗൗളി ഇപ്പ ചെലക്കണോ?...

പ്രശ്നക്കാരൻ ഭാര്യയെ ഒന്ന് നോക്കി... പണിക്കര് പറഞ്ഞാ പറഞ്ഞതാന്ന് ഞാനപ്പഴേ പറഞ്ഞതല്ലേ എന്ന ഭാവത്തിൽ!!!

മനസ്സ് നെറഞ്ഞു... വാപൊളിപ്പൻ ദക്ഷിണ നീട്ടി...

ദക്ഷിണയിൽ പറ്റിയിരുന്ന മീൻ ചെതുമ്പല് കണ്ണിലൊടക്കിയെങ്കിലും ഒന്നും കാണാത്ത ഭാവത്തിൽ ലക്ഷ്മിദേവിയെ ചെതുമ്പലോടെ പാത്രത്തിലിട്ടു...

തൊറന്ന് പിടിച്ച വായിൽ കേറിപ്പോയ ഈച്ച ആലപ്പുഴയ്ക്ക് പോകുന്ന വഴിയറിയാതെ നേരെ റിവേഴ്സിട്ട് പൊറത്തിറങ്ങി പറന്നുപോയി..!!! ഇനിയും ഈച്ചകളെ വഴിതെറ്റിക്കാനോ എന്തോ അയാൾ തൊറന്ന വാ അടയ്ക്കാനേ പോയില്ല...

ദക്ഷിണ ക്ഷ, ബോധിച്ച പണിക്കരുചേട്ടൻ ഗൗളിയെ മനസ്സാ സ്തുതിച്ചു...

ഗൗളിക്കുട്ടിക്കാണേ ഇതൊക്കെ കണ്ടിട്ട് മൊത്തത്തിലൊന്ന് വെറഞ്ഞു... പണിക്കരെ കാണാൻ ആരേലും വന്നാ ഇപ്പോഴങ്ങനെ മച്ചില് വന്നിരിക്കാറില്ല. അതിന് കാരണമൊണ്ട്...

ഒരിക്കെ പണിക്കര് കഴിക്കാനിരുന്ന പാത്രത്തില് ഇത്തിരി പല്ലിക്കാട്ടം കെടന്നതിന് ഇവിടൊണ്ടാക്കിയ പുകില് ചില്ലറയൊന്നുവല്ല... പോരാഞ്ഞ് എവിടെങ്ങാണ്ട് കെടന്ന ഒരു പൂച്ചേം കൊണ്ടാ പണിക്കര്കാലൻ പിന്നെ വന്നേ... ആയുസിന്റെ ബലം

കൊണ്ടാ അത് ഏതോ കണ്ടന്റെ കൂടെ എറങ്ങിപ്പോയത്... എന്തോരം മണ്ടത്തരത്തിനാ വെറുതെ ഇങ്ങേരെ സപ്പോർട്ട് ചെയ്തിട്ടൊള്ളത്... ഇത്തിരി കാട്ടം കണ്ടപ്പോ അങ്ങേര് എല്ലാം മറന്നു... നന്ദിയില്ലാ പണിക്കര്!!! എന്റേം കൂടെ കഴിവുകൊണ്ടാ ഈ വീടും പത്രാസുമൊക്കെയുണ്ടായത്!! എന്നിട്ടും പുതിയ വീട് വച്ചപ്പോ ഞാനൊരു റൂം പോലും ചോദിച്ചില്ല...!!! മച്ചില് തലേം കുത്തി നിന്നാ ഞാനും വീട്ടുകാരും ഇപ്പഴും കഴിയുന്നേ!!! ആ സംഭവത്തിനുശേഷം ഗൗളിമൊട്ട വിക്കാൻ മാർക്കറ്റിപോയപ്പോ കൂട്ടുകാരെ എല്ലാം ശട്ടം കെട്ടിയിരുന്നതാ... ഇനി മേലാ പണിക്കർക്ക് ചൊല്ലിക്കൊടുക്കരുതെന്ന്!! എന്നിട്ടിപ്പോ ഞാൻ തന്നെ അത് തെറ്റിച്ചു... അന്ന് പ്രതികാരം ചെയ്യാൻ വേണ്ടി കഴുക് വച്ചിരുന്ന പാത്രത്തിലെല്ലാം കാട്ടമിട്ടിട്ട് പോയ കൂട്ടുകാരുടെ മുഖത്തിനി എങ്ങനെ നോക്കും!!!... വേണ്ട... ആരും കേട്ടിട്ടുണ്ടാവില്ല... പോട്ട്... ആരോടും പറയണ്ട... ഏതായാലും സൂക്ഷിക്കേണ്ടതായിരുന്നു... പല്ലി വന്ന് എലേ മുള്ളിയാലും മുള്ളേ മുള്ളിയാലും സൂക്ഷിക്കേണ്ടത് പല്ലിയാന്ന് കാർന്നോന്മാര് പറയുന്നത് ശരി തന്നാ!!!!...

ഇന്ന് നല്ല തെരക്കൊണ്ട്... ഇന്നിനി ഞാറാഴ്ചയോ മറ്റോ ആണോ? പനിപിടിച്ചേ പിന്നേ പൊറത്തെറങ്ങീട്ട് കൊറച്ചായി...

ദെവസ്സോം തീയതീമൊന്നും ഏതാന്ന് ഒരു പിടീം കിട്ടുന്നില്ല... ജനലേക്കൂടൊന്ന് എത്തിനോക്കി.. കുർബാന കഴിഞ്ഞ് ആൾക്കാര് പോണൊണ്ട്... ഹോ! ഒരാഴ്ച എന്ത് പെട്ടെന്നാ പോയേ!!!!... ഇന്നിപ്പൊ കപ്യാര് ഇതിലേ വരാതിരിക്കില്ല. കപ്യാര് അപ്പിയിടണേപോലും പണിക്കര് കവടി നിരത്തിയാലേ ചെയ്യൂ. ഇങ്ങേർക്ക് ചേരുന്ന പേര് കപ്യാരെന്നല്ല, കവടിപ്യാരെന്നാ.

ഊണാകാറായിന്ന് തോന്നുന്നു... എറച്ചീടെ മണം വരുന്നോണ്ട്... എല്ലാം മേശപ്പൊറത്തു നേരത്തിവച്ചിട്ടൊണ്ട്... ഏതെറച്ചിയാന്നങ്ങോട്ട് പിടി കിട്ടുന്നില്ല. ചിക്കൻ ആണേ ഇപ്പോ ഞാൻ നോക്കാറേയില്ല... ചിക്കൻ നറെ ഹോർമാണാന്ന് പുല്ലാട്ടെ പല്ലി പറഞ്ഞേ പിന്നെ ആ സാധനം ഞാൻ കൈ കൊണ്ട് തൊട്ടിട്ടില്ല... അല്ലല്ലേ... ഇന്ന് ഞണ്ട് കറിമോണ്ടല്ലോ... ഞണ്ട് കൂട്ടീട്ട് കൊറേ ആയി... ഒറ്റച്ചാട്ടത്തിന് ടേബിളേ വീണു... കൈ ഉളുക്കീന്ന് തോന്നുന്നു!!! പാത്രത്തിന്റെ സൈഡിൽ വലിഞ്ഞുകേറി... ഞെട്ടി... പിന്നിൽ ചക്കി... ഇവളിതെപ്പോ??? ഇവളെ കണ്ടൻ ചതിച്ചോ?? രക്ഷപ്പെട്ടേ പറ്റൂ... സർവ്വശക്തിയുമെടുത്ത് ആകെക്കൂടൊണ്ടാ

രുന്ന വാൽ മുറിച്ചെറിഞ്ഞു... വാൽക്കഷണം വീണ് ഞണ്ട് കറി തെറിച്ചു!!!! കറി കണ്ണിൽ വീണ ചക്കി ആദ്യമായി സ്വർഗ്ഗം കണ്ടു... സ്വർഗ്ഗത്തിൽ പച്ച മീനുകൾ തളർന്നുറങ്ങുന്നു!!!!!... ഉണക്കമീനുകൾ ചാടിക്കളിക്കുന്നു...!!!! വറുത്തമീനുകൾ എണ്ണ കുടിച്ച് വയറ് വീർപ്പിക്കുന്നു. സ്വർഗാധിപൻ ഗൗളി മുകളിലിരുന്ന് എല്ലാം കണ്ടു രസിച്ചു... സാമ്പാറിച്ചു... പുളിശ്ശേരിച്ചു...

എടിയേ... വെശക്കുന്നെടി... ചോറെടുത്തുവയ്ക്ക്... ഷുഗറ് താഴെ പോയീന്നാ തോന്നുന്നെ..

ചേട്ടാ ഞാൻ കുളിക്കാൻ കേറീതേ എല്ലാം മേശപ്പൊറത്ത് എടുത്ത് വച്ചിട്ടൊണ്ട്. ഒന്നെടുത്ത് കഴിക്കുവോ...

അവക്ക് കുളിക്കാൻ കണ്ട നേരം... കുളിക്കാൻ കാല് പിടിച്ച് പറഞ്ഞാ കുളിക്കാത്തവളാ... കൈകഴുകാനൊന്നും നിന്നില്ല. അല്ലെങ്കിത്തന്നെ ആരെ കാണിക്കാനാ!!!

ചോറെടുത്ത് കമത്തി... എടീ കറി വെളമ്പുന്ന തവി എവിടെ????

അയ്യോ ചേട്ടാ ഒന്ന് അടുക്കളേ പോയേടുക്കുവോ???

പിന്നെ ഇനി തവി എടുക്കാൻ പോണ്!!!

ഞണ്ട്കറി കൈയിട്ടിളക്കി... ചോറിന്റെ പൊറത്ത് ഒരു ദയേമില്ലാതെ മറിച്ചു... ഗൗളി ക്യാമറ സൂം ചെയ്തു... പാടില്ല... ആദ്യഉരുളയിൽ തന്റെ വാൽ... എല്ലാം മറന്ന് പണിക്കരെ തടയാനായി പാഞ്ഞു... മൂന്നു സെക്കൻഡ് ലേറ്റായിപോയി... തൊണ്ടേ കെട്ടിയ ഉരുള ആർത്തിപ്പണിക്കര് വെള്ളം കുടിച്ചു വിരല് വച്ച് കുത്തിയിറക്കി...!! പണിക്കരുടെ കണ്ണുകൾ നിറഞ്ഞിരുന്നു... ശ്വാസം കിട്ടാതെ...

ഈശ്വരാ!!! എന്റെ അംശം പണിക്കരിൽ ലയിക്കാൻ പോകുന്നു..!!! ഞാനും പണിക്കരും ഒന്നാകാൻ പോകുന്നു...!!! മൂക്കിൽ കൂടെവന്ന കണ്ണീർ മച്ചു നനച്ചു...

മച്ചിൽ പടർന്നു തുടങ്ങിയ നനവിന്റെ പൊരുളറിയാതെ ഗൗളീശപ്പണിക്കർ ഉരുളകൾ ഉരുട്ടികൊണ്ടേയിരുന്നു... എല്ലാം അറിഞ്ഞോ അറിയാതെയോ കുരുത്തംകെട്ട കവടികൾ കളങ്ങൾ മാറി മാറി ചാടിക്കളിച്ചു... കൂടുതൽ കൂടുതൽ പ്രശ്നങ്ങൾ ഉണ്ടാക്കാനായ് മാത്രം...

ഹോഴി... ബ് ബ് ബ് ബാ...

കോഴിക്ക് കൂവാൻ മുട്ടി... കൂവാനൊള്ള അലാറാം ഇതുവരെ അടിച്ചിട്ടില്ല... ഒറക്കം അങ്ങോട്ട് ശരിയായില്ല... വെളുക്കുന്ന വരെ ഏതാണ്ടൊക്കെയോ സ്വപ്നങ്ങള് കണ്ട്... കൂട്ടിന്റെ തട്ടേല് വച്ചിരുന്ന ടൈംപീസ് ചെറക് വച്ച് തട്ടി താഴെയിട്ടു... നാശം പ്ടിക്കാൻ... മൂന്നായിട്ടേ ഒള്ള്!!! ഏതാണ്ടൊക്കെ കൊത്തിതിന്നിട്ട് ദഹിച്ചില്ലെന്ന് തോന്നുന്നു... ദാഹിച്ചിട്ട് ഒരു രക്ഷേമില്ല... ഇച്ച്രി വെള്ളം കുടിച്ചിട്ട് കെടക്കാം... ഹോ... ഭാഗ്യം ഒരു നുള്ള് വെള്ളം പാത്രത്തിന്റെയറ്റത്ത് കെടപ്പൊണ്ട്...!!! അതെങ്ങനാ? എന്തേലും തിന്നാനും കുടിക്കാനും അങ്ങോട്ട് കൊണ്ടിട്ട് വീട്ടുകാരൊന്നങ്ങോട്ട് മാറണ്ട... അതിനുമുമ്പ് എല്ലാം കൂടെ വണ്ടീം വിളിച്ച് വന്ന് തീർക്കും... താനൊരു പൂവനേ ഈ കൂട്ടത്തിലൊള്ളെന്ന ഒരു ചിന്ത പോലും ഒറ്റെണ്ണത്തിനില്ല... ആണുങ്ങളെ ബഹുമാനമില്ലാത്ത കൊറെ പെടകള്!!! എന്തേലും കാര്യം സാധിക്കണേ ഒന്നുമറിയാത്തപോലെ പമ്മി കൂടും.! അതിനൊരിളിപ്പും ഇല്ല!!! ഇപ്പം ഇപ്പം തീറ്റി കൊണ്ടിടുമ്പോ അതിനടുത്തോട്ടു പോലും പോകാറില്ല... വല്ലോം മിച്ചവൊണ്ടേ പോയി തിന്നും... ബാക്കി വെള്ളോം കുടിക്കും... എന്നിട്ട് എവിടേലും പോയി കെടക്കും! കാരണവൊണ്ട്... കഴിഞ്ഞ പെരുന്നാളിന്റെ പിറ്റേന്ന് കൊറച്ച് ബിരിയാണി കൊണ്ടിട്ടപ്പോ ഇവളുമാരെല്ലാം കൂടെ ബിരിയാണി എടുക്കാനോടി. എന്റെ സ്വനപേടകത്തിനാ ഒരിടി കിട്ടിയത്!!!! ഒരാഴ്ചയാ കൂവാമ്പറ്റാതെ ഇരുന്നു പോയത്! ശബ്ദം തിരിച്ചു കിട്ടുവെന്ന് സ്വപ്നത്തിപോലും വിചാരിച്ചതല്ല! ദൈവം കാത്തു... ആകെക്കൂടൊന്ന് വാ തൊറക്കുന്നത് വെളുപ്പാൻകാലത്തെ ആ ഒരൊറ്റ കൂവലിനാ!!! ഇതുങ്ങളെല്ലാം ഓണന്നാപ്പിന്നെ വാ തൊറക്കാമ്പറ്റാറില്ല! പറഞ്ഞകാര്യം തന്നാണേലും വളവളാന്ന് ഇരുട്ടുന്ന വരെ പറഞ്ഞോണ്ടിരിക്കും... പിന്നെന്തേലും ഇച്ചിരി സ്നേഹവൊള്ളത് ആ കറുമ്പിക്കോഴിക്കാ... അവള് മാത്രം ചോദിക്കും... പൂവേട്ടാ വല്ലോം കഴിച്ചോന്ന്... സത്യത്തി ആ ചോദ്യം കേക്കുമ്പോ ഉള്ളി

ലൊരു മുള്ള് അറിയാതെ തറഞ്ഞു കേറും... താനിതൊക്കെ അർഹിക്കുന്നുണ്ടോന്ന്??? അവള് സ്നേഹിച്ച് പൊറകെ വന്നപ്പോഴൊന്നും താൻ മൈൻഡ് ചെയ്തിട്ടേയില്ല... എന്ന് മാത്രമല്ല... അവൾടെ കറുപ്പിനെ എല്ലാ പെടകൾടേം മുന്നിവച്ച് എത്ര തവണ കളിയാക്കിയിരിക്കുന്നു... അവൾടെ മനസ്സ് എത്ര വേദനിച്ചിട്ടൊണ്ടാവണം..

അതെങ്ങനെ; എന്റെ നോട്ടം എപ്പഴും പുതുതായിവരുന്ന ബ്ലോക്ക് കോഴികളുടെ തൊലി വെളുപ്പിലാരുന്നല്ലോ!!! എനിക്ക് കിട്ടിയ എത്ര പുഴുനേം മണ്ണിരേനേം അവളുമാര് തൊലിവെളുപ്പും കൊഞ്ചലും കാണിച്ച് മേടിച്ച് തിന്നിട്ടൊണ്ട്!!!! എല്ലാത്തിനേം തിരിച്ചറിയാൻ അന്ന് ആ കൂവാമ്പാറ്റാത്ത കാലം വേണ്ടി വന്നു... അന്നീ കരിങ്കോഴി... എന്റെ കാർത്തുമ്പി... മാത്രവാ വന്നൊന്ന് ആശ്വസിപ്പിച്ചത്... വല്ലോം കൊത്തി വായില് വച്ച് തന്നത്... കണ്ണുനീര് കറുത്ത തൂവല് കൊണ്ട് ഒപ്പിയെടുത്തത്... അന്ന് മനസ്സി കുറിച്ചിട്ടതാ എന്നേലും ഈ കൂടുപൊളിച്ചു പൊറത്ത് കടക്കാൻ പറ്റിയാ എന്റെ വലംചെറകിൽ അവളുടെ ഇടംചെറക് ഒണ്ടാവുമെന്ന്!!! കോഴിയെ തിന്നാത്ത ഏതേലും നാട്ടിചെന്ന് സുഖമായി ജീവിക്കണോന്ന്... എവിടേലും ഒന്ന് സെറ്റില് ചെയ്യുന്നവരെ അവൾടെ മൊട്ട വിറ്റ് ജീവിക്കാം... ഞാൻ മോഡലിങ്ങിൽ ഒന്ന് ക്ലിക്കാവുന്നവരെയൊള്ള പാടേയൊള്ള്... പണ്ട് ഉദയായുടെ പടം തൊടങ്ങുന്നേനു മുമ്പ് കൂവിയിരുന്നത് എന്റെപ്പൂപ്പനായിരുന്നു!!!! ആ ഒരു സൗന്ദര്യോം ശബ്ദോം ഈ തലമുറേ എനിക്കാ കിട്ടിയിരിക്കുന്നേ...!!! കൊറച്ചു കാലം ഇത്തിരി അഡ്ജസ്റ്റ് ചെയ്യാൻ അവളോട് പറയണം. ഇപ്പം വന്ന് വന്ന് അവൾടെ ശരീരത്തി ആരേലും നോക്കുന്നത് തന്നെ എനിക്കിഷ്ടമല്ല... മാംസക്കൊതിയന്മാർ!!! എത്ര കഷ്ടപ്പെട്ടാണേലും മൊട്ട മൊടങ്ങാതെ ഇടുന്നതുകൊണ്ട് ആരും അവൾടെ ശരീരത്തിൽ കാര്യമായി ശ്രദ്ധിച്ചിട്ടില്ല... അതിനൊരു മൊടക്കം വരുത്തല്ലേ എന്ന ഒറ്റ പ്രാർത്ഥനേയൊള്ളൂ... പിന്നൊരാഗ്രഹം കൂടൊണ്ട്... ഈ തുലാത്തിലെങ്കിലും നല്ലൊരു കാറ്റും മഴേം വന്ന് ഈ കൂടൊന്ന് പൊളിഞ്ഞ് ഇവിടുന്നേ രക്ഷപ്പെടാൻ പറ്റണേന്ന്... എങ്കിപ്പിന്നെ ഈ തുലാത്തിത്തന്നെ കല്യാണം നടത്തണം... ഇപ്പ നടന്നില്ലേപ്പിന്നേ ഒടനെയൊന്നും കല്ല്യാണത്തിന് സമയമില്ലെന്നാ പണിക്കര് കോഴിപുഴൂനെ നെരത്തിപറഞ്ഞത്!!! രണ്ടാൾടേം ജാതകോം നോക്കി... പൊരുത്തം മധ്യമമാണ്. അല്പം പാപസാമ്യോം!!! പിന്നൊരി

ച്ചിരി ചൊവ്വേം... പണിക്കരേ പക്ഷെ, അവളില്ലാതെ എനിക്ക്... താൻ ഒരു കാര്യം ചെയ്യടോ, താലികെട്ടണംന്നില്ല... വിവാഹം എവിടേലും രജിസ്റ്റർ ചെയ്യ്... വേണംങ്കിൽ ഒരു മഞ്ഞിരമാല അങ്ങോട്ടുമിങ്ങോട്ടും ഇടടോ. എന്നിട്ട് എവിടേങ്കിലും പോയി ജീവിക്കടോ. അല്ലങ്കിത്തന്നെ കല്യാണം വിളിക്കാനാണെ ഇവി ടൊള്ള കോഴികളെ പോലും വിളിക്കാമ്പറ്റില്ല. ഇത്ര എണ്ണം ഇപ്പം കല്യാണത്തിന് സമ്മതിക്കില്ല... കോവിഡായിട്ട്...

ഒരു തണുത്ത കാറ്റ് വീശി... എവിടെയോ മഴ പെയ്യുന്നു ണ്ട്... ചിന്തകൾ തണുപ്പിൽ മെല്ലെ കണ്ണടച്ചു... ഇനി കെടന്നാലും ഒറക്കം വരില്ല... പാത്രം ചെറക് വച്ച് ചരിച്ച് ഒണ്ടാരുന്ന വെള്ളം വലിച്ചു കുടിച്ചു... എല്ലാം നല്ലൊറക്കം... കൂട്ടിലെ വിടവിലൂടെ അരിച്ചിറങ്ങുന്ന നിലാവിൽ തന്റെ കറുമ്പിയെ അവൻ ഇമവെ ട്ടാതെനോക്കി... അവളുടെ ചുണ്ടുകൾ തന്റെ ചുംബനത്തിനായി കാക്കുംപോലെ... തൂവൽകൊണ്ട് അവളുടെ കവിളിൽ പതിയെ തലോടി... അവൾ കണ്ണുകൾ മെല്ലെ തുറന്നു... ഒറക്കം വരുന്നി ല്ല... നമുക്കെന്തെങ്കിലും സംസാരിച്ചിരുന്നാലോ? ബാ മോളിൽ പോയിരിക്കാം... അവൾ അവന്റെ മാറിൽ മെല്ലെ തലചായ്ച്ചു...

ആരോ കൂടിന്റെ വാതിൽ ശക്തമായ വലിച്ചു തുറന്നു... രണ്ടു കണ്ണുകൾ ഇരുട്ടിൽ തിളങ്ങി... കാർത്തുമ്പി നിലവിളിക്കാൻ വാ പൊളിച്ചു... പൂവൻ അവളുടെ വായിൽ കൈ കൊണ്ട് തപ്പി... കിടന്നുറങ്ങിയ ഒരു ബ്ലോക്കിയെ കഴുത്തിൽ കടിച്ചു പിടിച്ച് ആ കണ്ണുകൾ ഇരുട്ടിലേക്ക് മറഞ്ഞു... നായ്ക്കളുടെ കുര ദൂരെ ദൂരെ നേർത്തു നേർത്തു വന്നു...

ഞെട്ടൽ മാറിയ പൂവൻ നിലാവിൽ തങ്ങൾക്കായി തുറന്ന കൂടിന്റ വാതിൽ നോക്കി ചിരിച്ചു... കൂട്ടിപ്പിടിച്ച രണ്ടു ചിറകുകൾ കൂടിന് പുറത്തേക്ക് കാലുകൾ വച്ചു... ഒരു നിമിഷം ഇരുവരും ഒന്ന് തിരിഞ്ഞ് നോക്കി... ഇത്ര കാലം കഴിഞ്ഞ കൂട്ടിലേയ്ക്ക്... തങ്ങളെ നോക്കി ചിരിക്കുന്ന അമ്പിളിമാമനെ അവർ മുഖമുയ ർത്തി നോക്കി... നനുത്ത മഴത്തുള്ളികൾ അവരുടെ മുഖത്ത് ചുംബിച്ചു., ചന്ദ്രൻ പതിയെ മേഘങ്ങൾക്കിടയിൽ മറഞ്ഞു... വേഗം... പുലരും മുമ്പ് പുഴ കടക്കണം...

തുള്ളികൾ പൊഴിച്ച് തുലാമഴ തിമിർത്തുപെയ്യാതെ കാത്തു നിന്നു... പുഴ കുലംകുത്തി ഒഴുകാതെ ശാന്തയായും... അവർക്ക് പുഴ കടന്ന് ചേക്കേറാനായ്...

ദാഹം

ഇതേതാണോ ഈ സ്ഥലം.. ട്രെയിൻ എവിടെയോ പിടിച്ചിട്ടിരിക്കുവാണല്ലോ... എവിടേലുമാട്ടെ... എനിക്കേതായാലും ലാസ്റ്റ് സ്റ്റോപ്പിലെറങ്ങിയാ മതി... കണ്ണ് താനെ അടഞ്ഞു... എത്ര നേരം ഒറങ്ങീന്ന് ഒരു പിടീമില്ല... നന്നായിട്ട് വെശക്കുന്നു... ട്രെയിൻ പിന്നേം പിടിച്ചിട്ടോ... ചേട്ടാ ഇതേതാ സ്റ്റേഷൻ... എന്താ ട്രെയിൻ പോവാത്തെ... താഴെയിരുന്ന ചേട്ടനെ കാണുന്നില്ലല്ലോ... പുള്ളിയെ മാത്രവല്ല... താഴെ വേറെ ആരേം കാണുന്നില്ലല്ലോ... ഇതെന്താ ട്രെയിനിൽ ലൈറ്റൊന്നുവിടാത്തെ... പോക്കറ്റികെടന്ന മൊബൈലും കാണുന്നില്ലല്ലോ... അതും പോയോ... ഇല്ല സീറ്റി കെടപ്പൊണ്ട്... രണ്ട് ശതമാനം ചാർജേ ഒള്ള്... ഇപ്പ ചാകും... മൊബൈലിലെ ലൈറ്റ് തെളിച്ചു... ദൈവമേ ഈ ട്രയിനിലേ ആരുവില്ലല്ലോ... എനിക്കെറങ്ങണ്ട സ്റ്റോപ്പായോ? നേരം എത്രയാണോ എന്തോ. ഫോണും ഓഫായി. ഈ ഡോറ് ഇതെവിടെയാണോ എന്തോ..?

ആരും ഒന്ന് വിളിച്ചപോലുവില്ലല്ലോ... ഞാനൊക്കെയാണേ എത്ര പേരെയാ വിളിച്ചൊണത്തീട്ടൊള്ളേ.. ഈ ഡോറാരാ ഇത്രേം മുറുക്കിയടച്ചേ... വലിച്ചിട്ട് തൊറക്കുന്നുവില്ലല്ലോ... മറ്റേ ഡോറ് നോക്കാം... എന്തിലോ കേറി ചവിട്ടിയല്ലോ... കാലിനടീലൂടെ എന്തോ ചാടി നീങ്ങി... ഒരു നിമിഷം ശ്വാസം നിലച്ചു... ഒറ്റ വലിക്ക് ഡോറ് തുറന്നു. ഒന്നും കണ്ടൂടാ... എങ്ങനയോ പൊറത്ത് ചാടി... കാല് ചെറുതായി മടത്തി... നല്ല വേദന.. ഒരു സഹായത്തിനായി കണ്ണുകൾ പരതി... ഇല്ല എങ്ങും ഒരു മനുഷ്യജീവി പോലുമില്ല... പ്ലാറ്റ് ഫോമിന് മുകളിൽ നാലഞ്ച് കണ്ണുകൾ തിളങ്ങുന്നു... എന്നെത്തന്നെ തുറിച്ചു നോക്കുന്നു. ഒരു വടി തപ്പിയെടുക്കാമെന്ന് വച്ചാ... നേരേ മുന്നിലരെങ്കിലും നിന്നാ കൂടി കാണാൻ പറ്റില്ല... ഇരുട്ട് കണ്ണിൽ കുത്തുന്നു...

പാന്റ്സിന്റെ ബെൽറ്റ് പതിയെ ഊരി കൈയിൽ പിടിച്ചു.. പാന്റ്സ് ഒരിഞ്ചു താഴേക്ക് ഊർന്ന് ഇരിപ്പുറപ്പിച്ചു.

ഗാർഡിന്റെ റൂമിൽ നിന്നും ഫാനിന്റെ ഒച്ച പോലുമില്ല... ഈശ്വരാ ഈ ഭൂമിയിൽ ഞാൻ മാത്രമേ മനുഷ്യനായുള്ളോ... പുറത്ത് റോഡിലായിട്ട് ഒരു ലൈറ്റ് കാണുന്നുണ്ട്.. ഒരു ഓട്ടോയെങ്കിലും ഒണ്ടായാ മതിയാരുന്നു.. ഇല്ലെങ്കി ഇനി എങ്ങനെ റൂമിലെത്തും... നല്ല മഴക്കാറുണ്ട്... നല്ല തണുത്ത കാറ്റ്... എവിടെയോ മഴ തണുക്കെ പെയ്യുന്നുണ്ട്... വണ്ടി ഒന്നും കാണാനില്ല... കടകളൊന്നും തുറന്നിരിപ്പില്ല... ഇവിടെ ഒറ്റയ്ക്ക് നിക്കുന്നത് അത്ര സുഖമായി തോന്നുന്നില്ല.. ഇനിയിപ്പോ ചന്തക്കുന്ന് വരെ നടന്നേ പറ്റൂ... അവിടെ ചെന്നാ ഏതെങ്കിലും വണ്ടി പിടിക്കാം... കൊറച്ച് എടവിട്ട് സ്ട്രീറ്റ് ലൈറ്റുകൾ കത്തുന്നുണ്ട്... ആശ്വാസം കാറ്റ് ശക്തമാകാഞ്ഞാൽ മതി.. ഇവിടെ കറന്റ് പോകാൻ അത്ര ശക്തിയൊള്ള കാറ്റ് കൂടി വേണംന്നില്ല... മുന്നിൽ കെടന്ന വടിയെടുക്കാൻ കുനിഞ്ഞു.. എന്റെ അനക്കം അറിഞ്ഞോ എന്തോ വടി തലയുയർത്തി.. ആരാടാ അത് എന്ന ഭാവത്തിൽ.. ശരീരത്തിലെ സകല രോമകൂപങ്ങളും എഴുന്നേറ്റു... രണ്ടും കൽപ്പിച്ച് മുന്നോട്ട് നടന്നു... പട്ടികളുടെ ഓലിയിടൽ അസ്സഹ്യമാകുന്നു.. പുള്ളുകൾ എവിടെയോ കരയുന്നു...

ഒരു നൂറ് മീറ്റർ പിന്നിട്ടില്ല... പിന്നിൽ നിന്നും ആരോ വിളിക്കും പോലെ. തിരിഞ്ഞ് നോക്കാൻ ധൈര്യം പോരാ... വീട്ടീന്നെറങ്ങുമ്പം കണ്ട കാഴ്ച്ചയ്ക്ക് ഇത്രയൊക്കെ സംഭവിച്ചാ പോരാ... പിന്നെയും പിന്നിൽ നിന്നും ആരോ വിളിക്കുന്നു. ഇനിയിപ്പം എന്നെപ്പോലെ തന്നെ ട്രെയിനിൽ കെടന്ന് ഒറങ്ങിപ്പോയ ആരെങ്കിലുമാണെങ്കിലോ... പതിയെ തിരിഞ്ഞു നോക്കി... ഒരു നിഴൽ അടുത്തേക്ക് വരുന്നു... സ്ത്രീയോ പുരുഷനോ എന്ന് വ്യക്തമല്ല... ശബ്ദം കേട്ട് തിരിച്ചറിയാനും പറ്റുന്നില്ല... മുന്നിലെ സ്ട്രീറ്റ് ലൈറ്റ് ശക്തമായി വീശിയ കാറ്റിൽ ഒന്ന് കണ്ണ് ചിമ്മി...

അടുത്തേക്ക് വന്ന രൂപം നീളൻ കോട്ട് പോലെ എന്തോ ഒന്നാണ് ധരിച്ചിരിക്കുന്നതെന്ന് തോന്നി... തുണി കൊണ്ട് തലയിൽ കെട്ടിയിട്ടുണ്ട്.. അതിന്റെ കോന്തല മുഖത്തേക്ക് വീണ് മുഖം പാതി മറഞ്ഞിരിക്കുന്നു...

കുട്ടി ട്രെയിനിൽ കെടന്ന് ഒറങ്ങിപ്പോയോ...

മുഖം തരാതെ ചോദ്യം... ട്രെയിൻ നിർത്തിയിട്ടിട്ട് നേരം കൊറേ ആയല്ലോ... അത് കൊണ്ട് ചോദിച്ചതാ... ഏതായാലും ഒറ്റയ്ക്ക് പോകണ്ട.. ഇന്ന് വാവായത് കാരണം എല്ലാം വയറും നിറഞ്ഞ് നേരത്തെ കെടന്നൊറങ്ങീട്ടൊണ്ടാവും.. ഇന്നല്ലേ

എല്ലാരും പിതൃക്കളെ ഊട്ടുന്നത്... എവിടെ നിന്നോ ചന്ദനത്തിരിയുടെ രൂക്ഷ ഗന്ധം മൂക്കിൽ തുളച്ചു ശ്വാസമെടുക്കാൻ ഞാൻ ബുദ്ധിമുട്ടി... ദൂരെ എവിടുന്നോ പട്ടികൾ ഓരിയിട്ട് അടുത്തേക്ക് വന്നു... ഒന്ന് മണം പിടിച്ച് വാലും താഴ്ത്തി എവിടേക്കോ ഓടി മറഞ്ഞു... പേടിച്ച് അയാളുടെ കൈകളിൽ ഞാൻ അമർത്തിപ്പിടിച്ചു... എവിടെ കൈകൾ... വായുവിൽ കൈകൾ എന്തിനോ പരതി...

കുട്ടീ ഒന്ന് വേഗം നടന്നോളൂ... ആ രൂപം എനിക്ക് മുന്നേ നടക്കുന്നു. അതേ ഒന്ന് പതുക്കെ നടക്കുവോ? എനിക്കൊന്നും കണ്ടൂടാ അതുകൊണ്ടാ... ചെവിയിലൂടെ മൂളിക്കടന്ന കാറ്റ് മുന്നിലെവിടെയോ ഒരു വഴി വിളക്ക് കൂടി തെളിച്ചു... കാറ്റിൽ മുന്നിലെ രൂപത്തിന്റെ തലയിൽ നിന്നും തുണി പതുക്കെ തെന്നിമാറി... തലയിൽ നിന്നും എന്തോ നിലത്ത് വീണു... ഒന്ന് നിന്നേ... എന്തോ താഴെ വീണു... കുട്ടീ അതൊന്നും എടുക്കാൻ നിക്കണ്ട... ഒന്ന് വെക്കം നടക്കൂ... തിരിഞ്ഞ് നോക്കാതെ അയാൾ വേഗം നടന്നു... അയാൾ ശരിക്കും നടക്കുകയല്ല... വായുവിലൂടെ തെന്നി നീങ്ങും പോലെ... അയാളുടെ തലയിൽ നിന്നും വീണത് ഈ പൂവായിരുന്നോ...

വേഗം കുനിഞ്ഞ് ആ പൂ കൈയ്യിലെടുത്തു... കാറ്റിലെപ്പോഴെങ്കിലും പറന്ന് അയാളുടെ തലയിൽ വീണതാവുമോ... പൂവിനടത്ത് വിരലിലണിയാൻ പാകത്തിന് ഒരു ദർഭ... ഈ പൂവിലെന്താ പറ്റിയിരിക്കുന്നത്... എള്ളും ചന്ദനവും കൈയ്യിൽ പറ്റി... കുട്ടീ... മുന്നിലെ നിഴൽ പതിയെ തിരിഞ്ഞു... ആ രൂപത്തിന് മുഖമില്ലായെന്ന് തോന്നി... കാറ്റിന് ശക്തി പതിയെ കുറഞ്ഞു... പാലപ്പൂവിന്റെ മണം... കുട്ടീ ഞാനിവിടെ വരേ ഉള്ളൂ... എനിക്കിത്തിരി കൂടി നടന്നാൽ വീടെത്താം... നല്ല ദാഹം...

അതേ, എന്റെ കയ്യിൽ വെള്ളമുണ്ട്..

ഉവ്വോ...

വേഗം ബാഗ് തുറന്ന് വെള്ളമെടുത്തു.

എവിടെ... എവിടെ അയാൾ..?

ഈ പൂവെങ്ങനെ എന്റെ കൈയ്യിൽ വന്നു... ഈ ദർഭ എങ്ങനെ എന്റെ വിരലിൽ വീണു...

കൈയ്യിൽ പറ്റിയിരുന്ന എള്ളും ചന്ദനവും ഒരിറ്റ് നീരിനായ് യാചിക്കും പോലെ!!!!... ആരുടെയയോ ഇനിയുമടങ്ങാത്ത ദാഹം ശമിപ്പിച്ചുറക്കാൻ...

മുണ്ട്

തന്നോട് ഞാനപ്പഴേ പറഞ്ഞതല്ലേ ഞാൻ വരുന്നില്ലാന്ന്... ഒന്നാമത് എനിക്കീ തെരക്കൊള്ളടത്ത് പോണത് തന്നെയിഷ്ട വല്ല... അപ്പഴാ മണ്ണ് നുള്ളിയെറിഞ്ഞാ താഴത്ത് വീഴാത്തത്ര തെരക്കൊള്ള ഉത്സവപ്പറമ്പില്... അതും ഈ പോളിസ്റ്ററ് ഡബിൾ മുണ്ടുമുടുത്തോണ്ട്!!!! പാന്റിട്ടോണ്ട് വരാന്ന് ഞാനപ്പഴേ പറഞ്ഞതാ... എന്റെ പൊന്നേട്ടാ ഒന്ന് മിണ്ടാതെ വരുന്നുണ്ടോ... മാമിമാരൊക്കെ ശ്രദ്ധിക്കുന്നൊണ്ട്!!! നമ്മള് തമ്മി എന്തേലും പ്രശ്നവൊണ്ടോന്ന് സുലുമാമി ഇപ്പക്കൂടെ ചോദിച്ചതേയൊള്ള്... ഇനിയിങ്ങനെ പ്രാറ്റി പ്രാറ്റി നടക്കുവാണേ വഴിയാന്നും ഭർത്താവാന്നും ഒന്നും ഞാൻ നോക്കത്തില്ല... നല്ല പെട വച്ച് തരും. പറഞ്ഞേക്കാം... കൊറേ നേരവായി... കുണുകുണാന്ന്... വേറാരും ലോകത്ത് മുണ്ടുടുത്തിട്ടില്ലല്ലോ!!!! അല്ല പിന്നെ!!!!

അല്ലല്ലേ... ഇവക്കെന്താ വല്ല ബാധേം കേറിയോ... ഇത്രേം പറയാനുംമാത്രം ഞാനൊന്നും ഒറക്കയൊന്നുവല്ലല്ലോ പറഞ്ഞേ... ഏതായാലും ദേവീടെ അനുഗ്രഹം എവിടെയോ ഉണ്ട്... അല്ലെങ്കിലെപ്പഴേ അടിപറ്റിക്കേണ്ട സമയം കഴിഞ്ഞു. ആകെ നീറി ബ്ലീച്ചിപ്പോയേനെ... എല്ലാം ദേഷ്യോം പെട്ടെന്ന് കാറ്റടിച്ച് പോയി...

സേതു... നീ അവിടൊന്ന് നിന്നേ...

എന്തിനാ?

ഞാനൊരു കാര്യം പറയട്ടെ...

പറഞ്ഞടത്തോളം മതി...

അതല്ല...

ഏതല്ല?... മര്യാദയ്ക്ക് വേഗം നടന്നേ...

അതാ പറയാൻ വന്നേ...

എനിക്ക് ഈ കുഞ്ഞിനേം എടുത്തോണ്ട് സ്പീഡി നടക്കാൻ പറ്റുന്നില്ല!

മുണ്ടഴിഞ്ഞ് പോകുന്നു!!! നീയീ കുഞ്ഞിനെ ഒന്നെടുത്താ

എനിക്ക് സൗകര്യമായിട്ട് നടക്കാരുന്നു...

അതൊന്നും പറ്റില്ല... എന്റെ സാരി ഒടയും...

ഞാൻ വേണേ മുണ്ട് പൊക്കിപ്പിടിക്കാം!!!

നെഞ്ചത്തെവിടെവിടെയോ ഗ്യാസ് വെലങ്ങി!!!

അവള് മുണ്ട് പൊക്കി പിടിക്കാമത്രേ... അതിലും ഭേദം ഈ അമ്പലപ്പറമ്പില് തുണിയില്ലാതെ നടക്കുന്നതാരിക്കും... ആദ്യത്തെ ഒന്ന് രണ്ട് മിനിറ്റ് മര്യാദയ്ക്ക് പിടിക്കുവാരിക്കും... പിന്നെപ്പിന്നെ മാമീം മക്കളുമാരും ഒക്കെകൂടെ നാക്കുവിട്ടടിച്ചോണ്ട് മുണ്ടും കൊണ്ട് എങ്ങോട്ടേലും പോകും...!! ശ്ശെടാ... ഈ പെണ്ണും ചെക്കനും മൂന്നീന്ന് മാറുന്നില്ലല്ലോ... രണ്ടും കൂടെ ഇപ്പ മേടിച്ച കോണൈസ്ക്രീമിന്റെ സൗന്ദര്യം ആസ്വദിച്ച് മന്ദം മന്ദം നടക്കുന്നു.. ഇന്നലെ കഴിച്ച ഐസ്ക്രീം എളക്കി മറിച്ച് ആറാടിയ വയറിൽ അറിയാതെ ഒന്ന് തപ്പി... എവിടെയോ ഒരു ഗുളുഗുളുപ്പ്... ഭാഗ്യം... ഒറ്റ നക്കിന് പെണ്ണിന്റെ ഐസ്ക്രീം താഴെപോയി.. ആ ഗ്യാപ്പിൽ ഓവർടേക്ക് ചെയ്ത് മുന്നിക്കേറി... ഈ ജീവിതോന്ന് വച്ചാ ഉത്സവപ്പറമ്പിലെ ഐസ്ക്രീം പോലാ ബ്രോസ്... മറ്റുള്ളോർക്ക് വഴി മൊടക്കാതിരുന്നാ നന്നായിട്ട് ആസ്വദിക്കാം... അല്ലേപ്പിന്നെ ഇത് പോലെ ക്രീം പോയ കപ്പ് പോലിരിക്കും... ഇത്രേങ്കിലും അവരോടൊന്ന് പറയണോന്നോണ്ടാർന്ന്... തിരിഞ്ഞ് നോക്കാൻ നേരമില്ല...

ഹൈഡ്രജൻ കുടിച്ച് വയറ് വീർപ്പിച്ച ഡോറയും ആനക്കുട്ടനും കുഞ്ഞിന്റെ കണ്ണിൽ പെടാതിരിക്കാൻ വല്ലാതെ പാട് പെട്ടു... കുഞ്ഞൊറങ്ങീന്ന് തോന്നുന്നു... വയറിൽ മുറുകെ കെട്ടിപ്പിടിച്ചിരുന്ന ഉടുമുണ്ട് പിടുത്തം അയയ്ക്കും പോലെ... പരിപ്പും സാമ്പാറും കൂടി വയറ്റിൽ ചെന്ന് ഒറ്റ ടീമായിട്ട് വയറ് മുകളിലേയ്ക്ക് പോക്കും പോലെ... ചുമ്മാ പൊങ്ങിയാ കൊഴപ്പമില്ലാരുന്നു... മുണ്ട് പിടിച്ച് താത്തോണ്ടാ മഹാപാപികൾ വയറ് പിടിച്ച് പൊക്കുന്നത്... സെതൂ ഈ വെള്ളോം ബിസ്കറ്റും ഒന്ന് പിടിച്ചേ, ഞാനീ മുണ്ടൊന്നുടുത്തോട്ടെ... അവളൊന്ന് തിരിഞ്ഞു... എങ്ങനെ തിരിയാതിരിക്കും... ഒന്നുവില്ലേലും ഞാൻ വാരിക്കോരി സ്നേഹിക്കുന്നതല്ലേ!!!! കൈയ്യീന്ന് പോയ കാണിക്കയിടാൻ വച്ചിരുന്ന ചില്ലറയെടുത്ത് സേതു വേഗം നടന്നു..

സേതു എന്റെ മുണ്ട്...

പാണ്ടി മേളത്തിന്റെ ഒച്ചയിൽ എന്റെശബ്ദം അങ്ങില്ലാതായിപ്പോയി... ഇമ്പ്രിപോലും ആരും കേട്ടില്ല...

ഏട്ടാ ഒന്ന് വേഗം നടന്നേ... ദീപാരാധനയ്ക്ക് നട അടച്ചു... ഇവളെ ഇനി എങ്ങനെ പറഞ്ഞ് മനസ്സിലാക്കും... പതുക്കെത്തന്നെ നടക്കാൻ പറ്റുന്നില്ല... പിന്നാണ്!!!

താനിത് എന്താലോചിച്ച് നിക്കുവോ? ഒന്ന് വേഗം...

എടീ ഒന്ന് പതുക്കെ... മനസ്സില് വെറുതെ പറഞ്ഞു... കാല് അകത്തിപ്പിടിച്ച് മുണ്ടഴിഞ്ഞ് പോകാതിരിക്കാൻ ശ്രമിച്ച് അൽപം വേഗം കൂട്ടി... അതേ... ഞാനിത്തിരി ഒതുങ്ങി നിന്നോളാം... ഈ തള്ളിന്റെ കൂട്ടത്തി കുഞ്ഞിനെ ഒണത്തണ്ടല്ലോ... അതൊന്നും സാരമില്ല... കുഞ്ഞിനെക്കൂടി ഒണത്തിയെ... അവളും തൊഴട്ടെ... ദാ നട തൊറക്കാൻ പോകുന്നു... ചേട്ടാ തള്ളല്ലേ...

ചേച്ചീ... എന്റെ മുണ്ടേലാ ചവിട്ടിയിരിക്കുന്നെ... ഒന്ന് കാല് പൊക്കുവോ... അല്ലല്ലേ ഇത്രേം തള്ള് ഇപ്പം ഇതെവിടുന്ന് വന്ന്!!! അണ്ണാ തള്ളല്ലേ...

എന്റെ മുണ്ടല്ലേ ആ അമ്മാവൻ തോളത്തിട്ടിരിക്കുന്നെ!!! മുണ്ട് കുത്തി വച്ചിരുന്ന ഇലാസ്റ്റിക്കിന്റെ ഒരു കവചമുണ്ടാരുന്നല്ലോ... അതെവിടെപ്പോയി... അരയ്ക്ക് താഴേക്ക് ഒരു തണുത്ത കാറ്റ് കള്ളച്ചിരിയോടെ കടന്ന് പോയി... എനിക്ക് കുളിരിട്ടു... ആ കുളിരിലും ഞാൻ വിയർത്തു! നട തുറന്നു... ഒരായിരം ദീപങ്ങൾ എന്റെ കണ്ണിൽ മിനുമിനെ മിന്നി... മണിയടിക്കുവാൻ ആരുടെയൊക്കെയോ കൈകൾ ഉയർന്ന് പൊങ്ങി... എന്നെ ഇക്കിളിയാക്കിയാക്കി...

പൊങ്കാല

കണ്ണ് പയ്യെ അടഞ്ഞടഞ്ഞ് വന്നു... ദേ അവനിരുന്ന് ഒറക്കം തൂങ്ങുന്ന്... ലച്ചൂ അവനേം വിളിച്ചോണ്ട് പോയേ... മതി... മതി... ഇന്നത്തെ സഭ മതിയാക്കിയേ... എല്ലാരും എണീക്ക്... പോയി കെടന്നൊറങ്ങിയേ... എടീ വെളുപ്പിനെ അലാറം വയ്ക്കണേ... രാവിലെ എണീറ്റില്ലേപ്പിന്നെ നാളത്തെ കാര്യം മൊത്തം കൊളമാകും...

എണീക്കുന്നേന് മുമ്പേ പോറ്റിമാമൻ വയറില് തടവി ഒരേമ്പക്കം വിട്ടു!!! ഒരൊന്നന്നര ഏമ്പക്കമായിപ്പോയി!!!! പാട് പെട്ട് ഒറക്കി കെടത്തിയ വാവ ഒറക്കം ഞെട്ടി!!! കരയാൻ ചുണ്ട് വിമ്മി... ഭാഗ്യം!!!! ഒണന്നില്ല... വലത്തോട്ട് ചരിഞ്ഞ് കെടന്ന് വാവ വീണ്ടും ഒറങ്ങി!!! ഇത്രേം വല്ല്യ ഏമ്പക്കമൊക്കെ മാമന് രണ്ടാക്കിവിട്ടൂടാരുന്നോ? അതല്ലേ അതിന്റെ ഒരു മര്യാദ!!! ചോദിക്കാനോങ്ങിയതാ... പക്ഷെ എന്തോ... ഏമ്പക്കം പോയ്ക്കഴിഞ്ഞപ്പോ ആ മനുഷ്യന്റെ മുഖത്തെ ഒരു ആശ്വാസം കണ്ടപ്പോ വേണ്ടാന്നുവച്ചു... വായുഭഗവാൻ മാമന്റെ വയറ്റിലെ പൊറുതി അവസാനിപ്പിച്ച് വാടകയ്ക്ക് താമസിക്കാൻ പറ്റിയ വേറൊരു കൊടവയറ് തേടി...

എങ്ങനൊക്കെയോ കട്ടിലേ ചെന്ന് വീണു... ഏട്ടാ ഇച്ചിരി ഒന്ന് നീങ്ങി കെടന്നേ... കുഞ്ഞിനെ ഞാനീ സൈഡി കെടത്തുവാ... വല്ലോം കേക്കുന്നുണ്ടോ... ബോധവില്ലാതെ കെടന്നൊറങ്ങി എന്റെ കൊച്ചിന്റെ മേത്ത് കാലൊന്നുമെടുത്ത് വച്ചേക്കല്ലേ പൊന്നേ... അല്ലേ വേണ്ട, തലേണ നടുക്ക് വച്ചേക്കാം... ശ്ശെടാ ഈ തലേണയൊക്കെ ഇതാരെടുത്തോണ്ട് പോയി... ഏട്ടാ തലയൊന്ന് പൊക്കിക്കേ... തൽക്കാലം ഇത് നടുക്കിരിക്കട്ടെ... പിന്നേ ഞാനാ കൂട്ടാനൊക്കെ എടുത്ത് ഫ്രിഡ്ജി വച്ചേച്ച് വരാം...

പാതിരയായി... അതൊക്കെ അവടെ കെടക്കട്ടെ... നീ വന്നു കെടന്നൊറങ്ങാൻ നോക്ക്...

നല്ല ചേലായി... നാലാൾക്ക് കൂട്ടാനൊള്ള കൂട്ടാനിരിപ്പൊ

ണ്ട്... പൊറത്തിരുന്നാ എല്ലാം വിളിക്കും!!!! ഒറ്റയെണ്ണത്തിനോട് നേരത്തും കാലത്തും കഴിക്കാൻ പറഞ്ഞാ കേക്കില്ല... അതെങ്ങനെ... വെട്ടിവിഴുങ്ങീട്ട് വന്ന് പോത്ത് പോലെ കെടന്നൊറങ്ങിയാ മതിയല്ലോ!!!! വീട്ടിലൊള്ള പെണ്ണുങ്ങടെ കാര്യം ഇവിടാർക്കും അറിയണ്ടല്ലോ!!!! അമ്മ മേലാഞ്ഞിട്ടും രാവിലെ എണീറ്റ് വെച്ചതാ... വൈകിട്ടായപ്പോഴത്തേക്ക് കാല് അപ്പടി നീരായിട്ടൊണ്ട്.. മന്തു പിടിച്ചപോലിരിപ്പൊണ്ട്!!!! പാവം പോയി കിടന്നു... ഇനിയിപ്പോ അമ്മേ ബുദ്ധിമുട്ടിക്കണ്ട.. ഇതൊക്കെ ഒന്നൊതുക്കീട്ട് ഞാൻ ദാ വരുന്ന്...

ഞാൻ കൂടെ വരണോ???

വേണ്ടെന്നേ... രണ്ട് മിനിറ്റത്തെ പണിയെയൊള്ളൂ...

കൂട്ടാനും എടുത്ത് വച്ച് ആ അരീം ഉഴുന്നും അരച്ചതും കൂടെ വെള്ളത്തിലെടുത്ത് വയ്ക്കണം... ഇത്തിരി പുഴക്കലരി കൂടുതലിട്ടരച്ചാരുന്നു... പൊറത്തിരുന്നാ കണ്ടമാനം പുളിക്കും .. പിന്നേ... കാലത്ത് ഇഡലി ആണേ... ഇഷ്ടമല്ലെന്നറിയാം... ഒരു ദെവസത്തേക്ക് ക്ഷമിക്ക്... അല്ലെങ്കിത്തന്നെ എല്ലാർക്കും കൂടെ രാവിലെ ദോശ ചുട്ടോണ്ട് നിക്കാൻ നേരമില്ല. മാമനേതായാലും വെളുപ്പിനെ പോണംന്ന് പറഞ്ഞു... അത്രേം സമാധാനം... ദോശയല്ലാതെ മാമന് വേറൊന്നും രാവിലെ എറങ്ങില്ല...

ശബ്ദം പതിയെ നേർത്ത് വന്നു... ലച്ചു അടുക്കളേലെത്തികാണും!! ഇനി പാത്രങ്ങളോട് സംസാരിച്ചോളും!! പാത്രങ്ങളെല്ലാം ചെവിവട്ടം പിടിച്ചു. അടക്കിച്ചിരിച്ചു... ഭാഷ അറിയാത്ത ചൈനീസ് ഭരണിപോലും!

നാളെയിനി പൊറത്തെറങ്ങുന്ന കാര്യം ചിന്തിക്കാൻ കൂടി പറ്റില്ല... എല്ലാടോം പൊങ്കാലക്കാരാരിക്കും... ഒരാഴ്ച മുമ്പേ എല്ലാ നാട്ടീന്നുമുള്ള ഭക്തജനങ്ങളെത്തീട്ടൊണ്ട്. എങ്ങനൊക്കെയാണോ എന്തോ ഇവരൊക്കെ മലയാളം പറയുന്നേ!!!! ചിക്കനും ചക്കയ്ക്കും പോലും ഇത്രേം വെറൈറ്റി കാണില്ല!!!! റോഡിന്റെ അപ്രത്തും ഇപ്രത്തും അടുപ്പ് കല്ലുകൾ... ചട്ടീം കലോം തട്ടീം മുട്ടീം ഇരിക്കുന്നു.. കെടക്കുന്നു... കാല് നിവർത്തുന്നു... വീട്ടീത്തന്നെ എത്രാളൊണ്ടെന്ന് എണ്ണീട്ട് കിട്ടില്ല... വടോടത്തൂന്നും കോളത്തൂരൂന്നും എടപ്പഴഞ്ഞീന്നുമൊക്കെ ആളൊണ്ട്... ഭർത്താക്കന്മാരെല്ലാം ഇന്നലേം ഇന്നുമായിട്ട് കൊതുമ്പും അരീം അവിലും മലരുമൊക്കെ കൊണ്ട് വച്ചിട്ട് പോയി... ആയുധങ്ങളെല്ലാം എത്തിച്ചപ്പോ ഇനി പട വെട്ടിക്കളയാം എന്ന വിചാരത്താൽ ഭാര്യമാരുടെ

എഴുന്നള്ളത്തും ഇന്ന് കഴിഞ്ഞ്... എവിടൊക്കെയോ നറേ പരിപാടികളും നടക്കുന്നൊണ്ട്... എല്ലാ തവണേം വിചാരിക്കും എല്ലാം ഒന്നു ചുറ്റിനടന്നു കാണണോന്ന്... ഇവിടെ വരുമ്പോ ആവേശമെല്ലാം തണുക്കും അതിനെടൈലെവിടെങ്കിലും ചെന്ന് പെട്ടാ തിരിച്ചുവരാനാ പാട്... വേണ്ട. ആശേടെ മുതുകത്ത് ഒരു മുഴുത്ത അമ്മിക്കല്ല് വച്ച് അടക്കി... പിള്ളപിറുങ്ങിണികളെല്ലാം എത്തീട്ടൊണ്ട്... നേരം വെളുത്തടം മൊതല് ചീവീട് ചെലക്കുമ്പോലെ തെക്ക് വടക്ക് കെടന്നോടുന്നൊണ്ട്... ഓട്ടം പിന്നേം സഹിക്കാം!!! ഇതതാണോ... ഒരു കസേരേ കേറി അടുത്ത സെറ്റിലോട്ട് ചാടും... അവിടുന്ന് നേരെ കട്ടിലേലോട്ട്. ഓക്സിജൻ മൂക്കിന്റെ പറ്റേ വരെ നിന്നേച്ച് അകത്ത് കേറാതെ അതും നോക്കി നിക്കും!!!! ഇതാണവസ്ഥയെന്നറിഞ്ഞിരുന്നേ ഒരു ഓക്സിജൻ സിലിണ്ടർ വാങ്ങി ഫിറ്റ് ചെയ്തിരുന്നേനെ... ഇങ്ങനെ ശ്വാസംമുട്ടി ചാവണ്ടാരുന്നു... ഒന്നിനും പച്ചവെള്ളം വേണ്ട... കളി തന്നെ കളി!!!

എവിടൊക്കെയോ ഗാനമേളേം നാടകോമൊക്കെ കൊഴഞ്ഞുമറിഞ്ഞു കേക്കുന്നു. ഒറങ്ങാൻ സമ്മതിക്കാതെ... അതൊക്കെ ഒരു വിധം ഒതുങ്ങിയപ്പോ ഏതോ ഒരു ഉപകരണസംഗീതം ചെവിക്കരികിലെന്നപോലെ മുഴങ്ങുന്നു... വയലിനാണോ അതോ ഓടക്കുഴലോ?... ഏത് രാഗമാണ്? കല്യാണിയോ അതോ കാംബോജിയോ?? ഒരാൾ മാത്രമാണോ? ഏയ്... ഒന്നിലധികം ആളെന്തായാലുമുണ്ട്... എന്ത് ശ്രുതിശുദ്ധമായി പാടുന്നു... പക്ഷെ ഈ പാതിരാത്രീക്ക് എന്തിനാണ് വെറുതെ ചെവീടെ മൂട്ടിലിരുന്ന് പാടുന്നത്!!!! കാലത്ത് മൊതല് ഓരോ പണിയെടുത്ത് തളർന്നുറങ്ങുന്ന എന്നെ ഒറക്കാതിരിക്കാൻ ആർക്കാണിത്ര ദണ്ണം? രാത്രി മൈക്ക് വയ്ക്കരുതെന്ന് ഇവവന്മാർക്കറിഞ്ഞൂടെ?

ദേഷ്യം കൊണ്ട് ചോര എരച്ചുകേറി... എരപ്പ് ചെവീ കേട്ടു... ഞാനുണർന്നു... അരണ്ട വെളിച്ചത്തിൽ ഞാനത് കണ്ടു... കച്ചേരിക്കാർ ഒന്നല്ല!!! മൂന്നാലാളുണ്ട്!!! കച്ചേരിക്കാർ പറന്നു പാടുന്നു... ചരിഞ്ഞാടുന്നു... ബാറ്റ് കയ്യിലെടുത്തു... സച്ചിനെ മനസ്സിൽ ധ്യാനിച്ച് ചുമ്മാ തലങ്ങും വിലങ്ങും വീശി... പാട്ടുകാർ മംഗളംപാടി അവസാനിപ്പിച്ചു... കച്ചേരി നിന്നു...

ശാന്തം... അതിശാന്തം... അതിയതി ശാന്തം...

ഞാനുറങ്ങി... അവളുറങ്ങി... രാവുറങ്ങി

ഇനി... ഈ രാവുണരുമ്പോൾ... പൊങ്കാല. ആറ്റുകാൽ പൊങ്കാല...

പിണ്ടം

തല ഉയർത്തിപ്പിടിച്ച് തന്നെ നടന്നു... ഏതാണ്ട് മാനംനോക്കി...

അത്രയ്ക്കങ്ങോട്ട് നോക്കണ്ടാരുന്നു... ആനപ്പിണ്ടത്തി തട്ടി!!! വീണു: വീണില്ല...

എങ്ങനൊക്കെയോ നാലുകാലിൽ നിന്നു!!! നോക്കി നടന്ന മാനം ഇച്ചിരി ചമ്മീട്ടാണേലും അവിടെത്തന്നങ്ങ് നിന്നു!!! എവിടെയോ പിടിച്ച മസില് മൊത്തത്തിൽ ഒന്നുകുലുങ്ങി നേരെയാക്കാൻ ശ്രമിച്ചു... ഏതാണ്ട് പകുതി പകുതി മുക്കാലും ശരിയായി. ബാക്കി പതുക്കെ ശരിയാകുമായിരിക്കും... ആരാണ്ട് പറഞ്ഞുകേട്ടിട്ടൊണ്ട്. നാളെ ഈ സമയം ആകുമ്പോ അവിടെ വേദനിക്കുംന്ന്!!! ബാക്കി അപ്പ ശരിയാക്കാം...

എന്തു പറ്റിയതാ അച്ഛാ?

അച്ഛനാ ആനപ്പിണ്ടത്തെ തട്ടി വീഴാമ്പോയതാ... ഇത്രേം വല്ല്യ ആനയാണ് പറഞ്ഞിട്ട് ഒരുകാര്യോമില്ല!!! റോഡിന്റെ നടുക്കാണോ പിണ്ടമിട്ട് വയ്ക്കുന്നേ... ഈ ആനടോയ്ലിറ്റിനെക്കുറിച്ച് മാറി മാറി വരുന്ന സർക്കാരുകൾ എന്താ ചിന്താക്കാത്തെ? ഇത്രേം ആനയൊള്ള നാടല്ലേ?...

വിട്ടുകള അച്ഛാ, ഞാൻ മാത്രേ കണ്ടൊള്ളൂ. പോട്ടെ... അച്ഛനറിയാവോ, ഈ ആനപ്പിണ്ടത്തീന്നാ നമ്മള് വെള്ളം തെളപ്പിക്കുന്ന രാമച്ചം ഒണ്ടാക്കുന്നെ!!! വണ്ടി കേറി ചതഞ്ഞരഞ്ഞു കെടന്ന പിണ്ടങ്ങൾ എന്നെ നോക്കി ചിരിച്ചു... രാമച്ചം വെള്ളം കുടിച്ചു വീർത്ത എന്റെ വയറിലെ ഗുളു ഗുളു ശബ്ദം ആനേടെ അലർച്ച പോലെ തോന്നി!!!

ആനേടി ഉത്സവം കഴിഞ്ഞ് ആകെയൊണ്ടാരുന്ന തിരുശേഷിപ്പാരുന്നു റോഡിലെ ആനപ്പിണ്ടം.. ആ തിരുശേഷിപ്പിന് ഇങ്ങനെ ഒരു അവശേഷിപ്പുണ്ടാരുന്നൂന്ന് സ്വപ്നത്തിപ്പോലും വിചാരിച്ചില്ല!!!! പിന്നേമൊര് മുഴുത്ത ശേഷിപ്പായി മിറ്റത്തിട്ടിരുന്ന കട്ടിലേ കമന്ന് കെടന്ന് വിജയപ്പൻ എടയ്ക്ക് ചിരിച്ചു...

എടയ്ക്ക് കരഞ്ഞു... എപ്പോഴൊക്കെയോ നവരസങ്ങളിൽ പെടാത്ത എന്തൊക്കെയോ മുഖത്തു മിന്നിമറഞ്ഞു!!!!... ഇപ്പ കമന്ന് വീണ ള്ളാ കുട്ടിയെപ്പോലെ വിജയപ്പൻ കമിഴ്ച്ച മറിയാൻ ശ്രമിച്ചു... ഇമ്മിണി പാടുപെടും!!! ഇന്നലത്തെ സാധനം അമ്മാതിരിയായിരുന്നു!!! ഒരിച്ചിരി കെട്ടിറങ്ങിയപ്പോ തന്നെ ആനച്ചൂര് മൂക്കിലടിച്ചുകേറി... അപ്പത്തന്നെ ബോധം വന്ന് ചടപടേന്ന് ചാടിയെണീറ്റു... കട്ടില് ഞരഞ്ഞരാന്ന് ഞരങ്ങി!!! കൂടുതല് വെള്ളച്ചില് കാണിച്ചാ ഒടിഞ്ഞു താഴെ വീഴും എന്ന ഭാവത്തിൽ!!!! കണ്ണ് മൊത്തം തൊറക്കാൻ വെയിറ്റ് ചെയ്തില്ല... അല്ല തൊറന്ന് പിടിച്ചിട്ട് വല്ല്യ കാര്യമൊന്നുമില്ല... നല്ലിരുട്ടാണ്... നേരെ പോയൊരു ചായ കുടിക്കണം... വെണ്ടറണ്ണന്റെ ചായേന്ന് പറഞ്ഞാ എപ്പഴും ഒരൽത്ഭുതം തന്നാ!!! ഒറ്റചായ കുടിച്ചാ മതി... ഈ ജന്മം കഴിച്ചത് മൊത്തം പൊറത്തുവരും!!!! ആവണക്കെണ്ണ പോലും അതിന്റെയൊരു ഒക്കേലും എളേ അനിയനായിട്ടേ വരൂ!!!

അങ്ങോട്ട് പോവുമ്പോത്തന്നെ ചായകുടിച്ചവര് ബീഡീം കടിച്ചു പിടിച്ചോണ്ട് വീട്ടിലേക്ക് സ്പീഡില് ഓടുന്നത് കണ്ടു!!!

ഉത്സവം കൊടിയേറീട്ട് ഇന്നലെയാ ഒരിത്തിരി ഒറങ്ങിയെ... അതെങ്ങനാ.. ഉത്സവത്തിന് കൊണ്ടുവന്ന ഒരു യമണ്ടൻ ആനെ കൊണ്ടത്തളച്ചത് വീട്ടിലെ തെങ്ങിലാ!!! ഇക്കണ്ട കാലമത്രേം ഇവിടാനെ തളയ്ക്കാൻ സമ്മതിച്ചിട്ടില്ല... ഒന്നാമത്തെ കാര്യം വിജയപ്പന് ആനേ കാണുമ്പോ തന്നെ നിക്കറ് നനയും!!! പിന്നെ, പാപ്പാന്മാരേം പുള്ളിക്കത്ര വിശ്വാസോം പോര... അതിന് കാരണമൊണ്ട്... മോളെ കെട്ടിക്കാറായെങ്കിലും പൊര നെറഞ്ഞു നിക്കുന്നത് വിജയപ്പന്റെ പെമ്പ്രന്നോത്തിയാ!!! ഇത്രേം നാളും മോൾടെ പേരും പറഞ്ഞ് ആനേം ആനക്കാരേമൊന്നും വീട്ടിക്കേറ്റിട്ടില്ല... മോളെ കെട്ടിച്ചു വിട്ടോണ്ട് ഇപ്രാവശ്യം പെട്ടു!!!! അതും വിജയപ്പൻ അറിഞ്ഞോണ്ടല്ല... കൊടിയേറ്റിന്റെ തലേന്ന് വീട്ടിലോട്ട് കേറുമ്പോ മുന്നിലൊരാന!!! നിന്നനിപ്പില് കെട്ടെറങ്ങിപ്പോയി!!!

എടീ ഉഷേ... എടീ ചൂലെ... ഇതാരാടീ ഈ ആനെക്കൊണ്ട് വഴീ കെട്ടിയേ? ആരോട് ചോദിച്ചിട്ടാടി മറുതേ ഈ പണി കാണിച്ചേ? ഇതിന്റെ പാപ്പാനെവിടെടീ???

ഓ എത്തിയോ? നാലുകാലിൽ മിറ്റത്ത് രണ്ടെണ്ണമായല്ലോ...

എടി മൂധേവി, നീ ചോയിച്ചതിന് പറയെടി.. കെടന്നു നാക്കിട്ടടിക്കാതെ...

ദാണ്ടെ മനുഷ്യാ, വെറുതെ എന്റെ വായിലിരിക്കുന്ന കേക്ക

ണ്ടേ മിണ്ടാതിരുന്നോണം, അത്രയ്ക്ക് ദണ്ണിക്കണേ ആനേനോട് പോയി ചോദിക്ക് പാപ്പാനെവിടേന്ന്... കൈലീടെ ഒരു കോന്തല യെടുത്ത് എളീല് തിരുകി...

ഇനി മിണ്ടാതിരിക്കുന്നതാ ബുദ്ധി... തല്ലാൻ തൊടങ്ങ്യാ അവ ൾക്ക് പിന്നൊരു ബോധോം കാണില്ല... എല്ലാം പൊറുത്തുമാ പ്പാക്കണേ മൂർത്തീ... കൊടിക്കീഴിൽ കാണിക്കയിട്ട് തൊഴുത് പിന്മാറി. ഈ പെണ്ണുങ്ങളൊക്കെ ഇങ്ങനെ തൊടങ്ങിയാ ഈ ലോകം എവിടെ ചെന്നവസാനിക്കുവോ എന്തോ!!! വല്ല പട്ടീം പൂച്ചേം ആരുന്നേ എവിടേലും കൊണ്ടേ കളയാരുന്നു!!! അതിനും പറ്റുന്നില്ലല്ലോ!!!

തെങ്ങിന്റെ മൂട്ടി കെടന്ന കട്ടില് ആന കാണാതെ കാലുവ ച്ച് തോണ്ടിനീക്കി പോക്കിയെടുത്ത് പേരേടെ പൊറകി കൊണ്ടി ട്ട് ഉടുത്തിരുന്ന കൈലി തലവഴി മൂടി കെടന്നൊറങ്ങി... ഒന്നും രണ്ടുമല്ല പത്തുദെവസം!!!

ആനപ്പിണ്ടം കൊണ്ട് മുറ്റം നെറഞ്ഞു... മുറ്റത്തൂന്ന് പട്ടിയെ എറിയാൻ ഒരുകല്ലെടുക്കണോങ്കി ആദ്യം ജെ.സി.ബി കൊണ്ടു വന്ന് പിണ്ഡം മാറ്റണം!!! പാപ്പാനാണെ ആദ്യത്തെ ദെവസം ഇച്ചിരി വെള്ളം കുടിക്കാൻ ചോദിക്കുന്ന കേട്ടാരുന്നു... വെള്ളം കുടിച്ചു തീരുന്ന വരെ അവളെത്തന്നെ നോക്കി വെള്ളമെറക്കും പോലെ തോന്നി... എത്ര പറഞ്ഞാലും അവള് കൈലി താത്തിയേ ഉടുക്കൂ!!! പുക്കിൾകൊടി ഇനിം അടന്നു വീഴാൻ ഉണ്ടെന്ന പോലെ!!! വിജയപ്പൻ ഒന്നും മിണ്ടാൻ പോയില്ല... അല്ലെങ്കിത്ത ന്നെ വിജയപ്പന്റെ വാക്കിന് പുല്ലുവിലയാ!!!

അഞ്ചാം ഉത്സവത്തിന് രാത്രി വന്നു കേറുമ്പോ പാപ്പാൻ തിണ്ണേ കെടന്നൊറങ്ങുന്നു!!! വിജയപ്പൻ മിറ്റത്താ കെടക്കുന്നേ ന്നോർക്കണം... ഇന്നലെ ഉണ്ണാൻ വരുമ്പോ അവള് പാപ്പാന്റെ നെറുകെ കേറി പോയ ചോറ് എറങ്ങിവരാൻ തലയ്ക്കിട്ട് കൊ ട്ടുന്നു!!!! ഇവൾക്ക് ഇങ്ങനെയൊക്കെ ചെയ്യാൻ അറിയാവോ!!! ഒരിക്കെ സ്വന്തം കെട്ടിയോന്റെ നെറുകെ ചോറ് കേറിയിട്ട് നോ ക്കിയിരുന്നു ചിരിച്ചവളാ... ഒടുക്കം അഞ്ചാറ് ചോറ് ചെവിക്കൂ ടേം ഒരു ചോറ് കണ്ണീക്കൂടേമാ പൊറത്തുവന്നേ!!!

ദേഷ്യം കൊണ്ട് പല്ലിറുമ്മി... ഇറുമ്മിയപ്പൊഒടിഞ്ഞ പല്ലിന്റെ കഷണം ആഞ്ഞുതുപ്പി... കഴുകി വച്ചിരുന്ന പിഞ്ഞാണത്തിൽ വീണ് അതവസാനമായി ഒരു ചിൽ ചിൽ ശബ്ദം കേൾപ്പിച്ചു...

നേരം നന്നായിട്ട് വെളുത്തു തൊടങ്ങി... അവള് ഒരു കട്ടൻ

കൊണ്ട് വച്ചിട്ട് പോയി ചൂലുമെടുത്തോണ്ട് വരുന്നതാ... എല്ലാദെവസോം ഇതുതന്നെ കണി... ഒന്നുകി ചൂലും പിടിച്ചോണ്ട് മൂന്നിനിക്കും. അല്ലേ മൂടും തിരിഞ്ഞു നിക്കും!! ഇതും രണ്ടുമല്ലാതെ വേറൊരു കണി വിഷൂന് പോലും കണ്ടിട്ടില്ല!!! രണ്ടാമത് കെടന്നതു കൊണ്ടാണോ എന്നറിഞ്ഞുകൂടാ കൊറച്ചധികം ഒറങ്ങി... കണ്ണു തൊറക്കുമ്പോ വേലിക്കെ നാലഞ്ച് പെണ്ണുങ്ങള് കൂടിനിന്നു കുശുകുശുക്കുന്നു!!!!!! രായണ്ണനും സോമണ്ണനും മിറ്റത്ത് നിപ്പൊണ്ട്...

എന്തൊരൊറക്കവാടാ ഇത്? നീയൊന്നെണീറ്റെ... എന്താ എന്തുപറ്റി അണ്ണാ...

അത് പിന്നെ...

പെണ്ണുങ്ങൾ പരസ്പരം നോക്കി... കൈകേയി ഊർന്നു വീണ കൈലീടെ കോന്തല ബ്ലൗസിനെടേല് തിരുകി... എന്താണ് സംഭവിക്കാൻ പോകുന്നതെന്നറിയാതെ പെണ്ണുങ്ങള് മൂന്നാളേം മാറി മാറി നോക്കി... നെടുവീർപ്പെട്ടു...

വീർപ്പിക്കാതേം ഇട്ടു...

ആനക്കാരൻ കഴിവേറി ചതിച്ചെടാ... അവൻ അവളെ ആനപ്പുറത്ത് കേറ്റി എഴുന്നെള്ളിപ്പോയെന്ന്...

അത്രേം പെണ്ണുങ്ങള് കൂട്ടംകൂടി നിന്നതു കൊണ്ടോ എന്തോ ഒരു മരം കടപുഴകി വീണാമാത്രം കേൾക്കാവുന്ന നിശബ്ദത!!! വിജയപ്പൻ കമിഴ്ന്നു കെടന്നുകൊണ്ട് തന്നെ ശ്വാസം അഞ്ചു തവണ വലിച്ചു വിട്ടു... അടി മുതൽ മുടി വരെ ഒന്ന് കുളിർന്നു...

എല്ലാവരും നോക്കി നിൽക്കെ അകലെയെവിടെയോ കേട്ട സുംബാ ഡാൻസിന്റെ താളത്തിൽ വിജയപ്പൻ കൈകാലിട്ടടിച്ചു... കമിഴ്ന്നു മറിയാൻ പോലും ശ്രമിക്കാതെ.. ള്ള കുഞ്ഞിനെപ്പോലെ.

പച്ചമാങ്ങ

ഭയങ്കര ക്ഷീണം... ക്ഷീണംന്ന് വച്ചാ എങ്ങനാ ഇപ്പം പറയുന്നേ... എണീറ്റിരിക്കാൻ പറ്റുന്നില്ല... സ്വതവേ ക്ഷീണമുള്ള ശരീരമാ... എന്തോ ഇത്തവണ പതിവുപോലല്ല... ആകെയൊരു മന്ദിപ്പ്!!! കെടന്നെടുത്തൂന്ന് എണീക്കുമ്പോ തന്നെ തല ചുറ്റുന്നു.!!! മണി ഏഴായി... എട്ടായി... എട്ടരയായി!! എടയ്ക്കെപ്പോഴോ എണീറ്റു... അതേപോലെ തന്നെ പിന്നേം കെടന്നൊറങ്ങി... ഞായറാഴ്ചയായതു കൊണ്ടോ എന്തോ ആരും റൂമിലോട്ടുപോലും തിരിഞ്ഞു നോക്കുന്നില്ല!! ഇനിയിപ്പോ സൺ ഡേ സ്ലീപ്പാന്ന് വിചാരിച്ചിട്ടൊണ്ടാവുമോ?? കണ്ണ് തൊറക്കാൻ നോക്കീട്ടാണെ അതൊന്ന് വിരിഞ്ഞു വരുന്നുമില്ല...

ഏട്ടാ ഇതെന്തൊരൊറക്കവാ??? ഞാൻ ഒന്ന് രണ്ട് തവണ വിളിച്ചാരുന്നു... പിന്നേം വിചാരിച്ചു ഒറങ്ങുവാണേ ഒറങ്ങിക്കോട്ടേന്ന്... ഇങ്ങനൊണ്ടോ ഒരൊറക്ക പ്രാന്തൻ!!! ഇന്ന് അമ്പലത്തി പോകാന്ന് പറഞ്ഞിരുന്നതല്ലേ?... ഞങ്ങള് റെഡിയായി... ഒന്ന് പെട്ടെന്ന് പോയി റെഡിയായെ... ഇന്നെങ്കിലും ഒന്ന് നടയടയ്ക്കുന്നതിന് മുമ്പ് തൊഴുതിട്ട് വരണം... എണീക്കെണീക്ക്... കഷ്ടപ്പെട്ട് ഒരുകണ്ണ് ചെറുതായിട്ടൊന്നു തൊറന്നു... പോകല്ലേ... അവിടൊന്നിരുന്നേ... കാര്യം പറയട്ടെ...

ഇരിക്കാനൊന്നും പറ്റില്ല...

അതല്ല.. എനിക്ക് എണീക്കാൻ പറ്റുന്നില്ല... ഭയങ്കര ക്ഷീണം...

ഒന്നും പറയണ്ട.. ഇന്നലെ ഒമ്പത് മണിക്ക് അത്താഴം പോലും കഴിക്കാതെ കെടന്നൊറങ്ങിയതാ!! ഞാനേ മോളെ ഇങ്ങോട്ട് വിടാം... അവളാവുമ്പോ എങ്ങനേലും എണീപ്പിച്ചോളും...

വേണ്ട.. ഞാനെണീറ്റോളാം... നീ പോകല്ലേ.. ആര് കേക്കാൻ.. ഒരു വിധം ഒരു കൈകുത്തി എണീറ്റിരുന്നു...

രണ്ടു നിമിഷം... തലചുറ്റി കട്ടിലേന്ന് താഴോട്ട്!!!

എന്താ അമ്മേ ഒരു ശബ്ദം കേട്ടേ? അപ്രത്ത് ബിന്ദുചേച്ചി ചക്ക വല്ലോം ഇട്ടതാണോ??

ഏട്ടാ... ഒരു ശബ്ദം കേട്ടാരുന്നോ?? ഏട്ടാ എണീറ്റില്ലേ? കുഞ്ഞേ അച്ഛനെണീറ്റോന്ന് നോക്കിയേ?

അമ്മേ ഒന്നിങ്ങോട്ട് വന്നേ... അച്ഛൻ ദേ താഴെക്കെടന്നൊറങ്ങുന്നു...

ദൈവമേ വീണത് ചക്കയല്ലായിരുന്നോ.. ഏട്ടാ എന്തുപറ്റി? മോളേ ഇച്ചിരി വെള്ളമിങ്ങെടുത്തേ... കൊഴപ്പമൊന്നുമില്ലല്ലോ?

പിന്നെന്തൊക്കെയോ പറപറാന്ന് കേൾക്കുന്നുണ്ടാരുന്നു. ഒന്നും വ്യക്തമല്ല... എന്തോ ഒന്ന് കൈയ്യിൽ കുത്തി... ഈ കൊതുകിനെ ഒരു കാര്യം.. മനുഷ്യന് നേരെ നിക്കാൻ വയ്യ... നിന്നെ ഇന്ന് ഞാൻ... കൊല്ലുന്നതിന് മുമ്പ് അവനെ ഒന്ന് കാണാൻ പതുക്കെ കണ്ണുതുറന്നു... ഒരു മാലാഖ കുത്തിയ സൂചി നിർവികാരമായി വലിച്ചെടുക്കുന്നു... ഒരിഞ്ചക്ഷൻ കൂടൊണ്ട്. ഏണീന്!!!

വേണ്ട കൈയിലെടുത്താ മതി... ഒന്നും പുറത്തു കേട്ടില്ല... വായിൽ ഒരു നാക്കൊണ്ടാരുന്നതാരുന്നല്ലോ.. എവിടെ പോയോ എന്തോ!!! ആരോ ഓംലെറ്റ് മറിക്കുമ്പോലെ മറിച്ചിട്ടു... മാലാഖ മുണ്ട് പതിയെ താഴ്ത്തി.. കഴിഞ്ഞ ജന്മം ചെയ്ത പുണ്യം കൊണ്ടോ എന്തോ മുണ്ട് മാത്രം താഴ്ത്തിയാ മതിയാരുന്നു. ഞാൻ ഇത്രയും കാലം കാത്തുസൂക്ഷിച്ചിരുന്ന എന്റെ ബാക്കിലെ ചാരിത്ര്യം പകുതിയോളം പൊറത്തായി!! ആ ചാരിത്ര്യത്തിൽ സൂചി ആഴ്ന്നിറങ്ങി...

അതേയ്.. എനിക്കെല്ലാം ശരിയായി... പോകാം...

മിണ്ടാതെ അവിടെ കെടന്നോണം... ബ്ലഡ് പരിശോധിക്കണം.

ഇത് ശരിയാവുമെന്ന് തോന്നുന്നില്ല. ഏയ്ഞ്ചലെ... സോറി... സിസ്റ്ററേ... എന്റെ വെയ്ൻ കിട്ടാൻ വല്ല്യപാടാ... ഒരു കാര്യം പറയട്ടെ... ആ പൊറത്തു നിക്കുന്നില്ലേ... അതെന്റെ ചേട്ടനാ... ഞങ്ങൾ ഒരേ ചോരയാ... തൽക്കാലം ചേട്ടന്റെ ബ്ലഡ് എടുത്തു പരിശോധിച്ചാ പോരേ??? അല്ല സിസ്റ്ററെന്താ ഇങ്ങനെ നോക്കുന്നെ??? അല്ല ഇപ്പോ ഏതാ ഈ ഭാവം? പറ്റില്ലെങ്കി വേണ്ട... ഞാനൊന്ന് പറഞ്ഞെന്നേയുള്ളൂ!!! സേതു കൈക്കിട്ടു നുള്ളി... കുത്ത് കിട്ടിയിട്ട് ഇത്രേം വേദനിച്ചില്ലാരുന്നു...

യൂറിൻ പരിശോധിക്കണം. മൂത്രം എടുത്തുകൊണ്ട് വരണം.

ഇതെന്താ മൂത്രം പൊറത്ത് സ്ട്രെച്ചറിൽ കെടക്കുവാണോ എടുത്തോണ്ട് വരാൻ!!! അതോ വല്ല കൊച്ചു കുഞ്ഞുവാണോ? എടുത്തോണ്ടു വന്നില്ലേ മൂത്രം കരയുവോ???

റിസൾട്ട് വരട്ടെ... കൊഴപ്പമില്ലേ ഡ്രിപ്പ് കഴിയുമ്പോ പോകാം... ആശ്വാസമായി...

ഏട്ടാ എണീറ്റേ ഡോക്ടറ് വന്നു.

എണീക്കണ്ട.. കെടന്നോ... ക്ഷീണം കൂടാതെ വേറെ എന്തെങ്കിലും അസ്വസ്ഥതകൾ ഉണ്ടായിരുന്നോ?

മൂന്നാലാഴ്ചയായിട്ട് നല്ല ക്ഷീണമായിരുന്നു. പിന്നേ ചെല ഭക്ഷണം കാണുമ്പോ ഓക്കാനിക്കാൻ വരും. ഒന്ന് രണ്ട് തവണ ഛർദിക്കുകയും ചെയ്തു. ആഹാരം മുന്നിവയ്ക്കുമ്പോ തന്നെ മനംപുരട്ടൽ തൊടങ്ങും... ഇടയ്ക്കിടയ്ക്ക് യൂറിനേറ്റ് ചെയ്യാൻ തോന്നും. വൈറ്റിലെന്തൊക്കെ ഒരു അസ്വസ്ഥത. നെഞ്ചത്ത് തൊടുമ്പോ ചെറുതായിട്ട് ഒരു വേദനയുണ്ട്...

ഇവിടെ വേദനയുണ്ടോ?

ഇപ്പഴില്ല...

ഒരു സ്കാനിംഗ് കൂടെ ചെയ്തേക്കാം. ദഹിക്കാതെ വല്ലതും കിടപ്പുണ്ടെങ്കിലോ??? എന്തായാലും ഇവിടെ വരെ വന്നതല്ലേ. കുഴപ്പമൊന്നുമില്ലെന്ന് നമുക്ക് ഉറപ്പിച്ചിട്ട് പോകാം. എന്താ?

ഡോക്ടർ വിളിക്കുന്നു.

എന്തായിരിക്കും റിസൾട്ട്??? ഉള്ളിലൊരു പേടി..

ഞാൻ പറയുന്നത് വളരെ സംയമനത്തോടെ കേൾക്കണം രണ്ടാളും...

പിന്നീട് പറഞ്ഞതൊന്നും ഞാൻ കേട്ടില്ല. എന്റെ തല വീണ്ടും ചുറ്റി... എന്റെ ബോധം അബോധത്തെ ഗൂഗിൾ മാപ്പിൽ പരതി... ഞാൻ വീണ്ടും ഓക്കാനിച്ചു..

ഞെട്ടലിൽ നിന്നും പെട്ടെന്ന് കര കേറിയ സേതു അലസമായി പാറി നടന്ന എന്റെ മുടിയിഴകളെ തഴുകിയൊതുക്കി; പച്ചമാങ്ങ കിട്ടുന്ന കടയന്വേഷിക്കാൻ മൊബൈൽ ഫോണിനായി വാനിറ്റി ബാഗിൽ തെരുതെരെ പരതി...

അപ്പിയിട്ട ചായ

അപ്പിയിട്ട ചായ എങ്ങനെ പിള്ളേ?

ആ ചോദ്യം വന്നപ്പോഴേക്ക് ഒരു കവിൾ ചായ ഞാൻ ഇറക്കിയിരുന്നു. അടുത്ത കവിൾ ചായ തൊണ്ടയിൽ തങ്ങിനിന്നു. ഒരുമാതിരി ഉണക്കപ്പുട്ട് പച്ചക്ക് എടുത്ത് വിഴുങ്ങിയപോലെ എനിക്കൊന്ന് ഓക്കാനിക്കാൻ തോന്നി. സാധിച്ചില്ല...

ചെറുക്കന് വയസ്സ് ഇരുപത്തെട്ടായി. കല്യാണമൊന്നുമായില്ല. ഇതുവരെ വീട്ടുകാർക്കും അങ്ങനെയൊന്നുംതോന്നീല്ല. അപ്പ കെട്ടണോന്നു പറയാൻ എനിക്കുംതോന്നീല്ല. അതെങ്ങനെ... എനിക്കെല്ലാം പ്രണയമായിരുന്നു. അതോ ഞാൻ തന്നെ പ്രണയമായിരുന്നോ... അറിയില്ല. ഒന്നെനിക്കറിയാം... എന്റെ ഓർമ്മകളിൽ പ്രണയമില്ലാതെ ഞാനില്ലായിരുന്നു... മുന്നിലൂടെ പോയ എല്ലാ സുന്ദരികളിലും എന്റെ പാതിയെ ഞാൻ കണ്ടു... അവർ യഥാർത്ഥപാതികളിൽ മുഴുമിക്കുമ്പോൾ ഞാൻ നിരാശനായില്ല. വീണ്ടും ഞാൻ മറുപാതിക്കായി അലഞ്ഞു.

ഒടുവിലെപ്പോഴോ അവർ ആ വിവരം പത്രത്തിൽ ഇട്ടു. ഇരുപത്തി എട്ട് വയസ്സ്, ജോലിയുണ്ട്. അനുയോജ്യമായ ആലോചനകൾ ക്ഷണിക്കുന്നു. എത്ര ശുഷ്കമായ പരസ്യം! ഇവർക്കെന്തെല്ലാം കൊടുക്കാരുന്നു. സുന്ദരനും സൽസ്വഭാവിയും പെൺകുട്ടികളുടെ മുഖത്തുപോലും നോക്കാത്തവനുമായ നിഷ്കളങ്കനായ ചെറുപ്പക്കാരന് സുന്ദരികളായ പെൺകുട്ടികളുടെ ആലോചനകൾ ക്ഷണിക്കുന്നു. എത്ര മനോഹരമായിരുന്നേനെ. ഇനി പറഞ്ഞിട്ട് കാര്യമില്ല കൊടുത്തത് കൊടുത്തു.

നേരം വെളുത്തപ്പംതൊട്ട് ലാൻഡ് ഫോണിൽ ബെല്ലോട് ബെല്ല്...

അച്ഛനുമമ്മയും മാറിമാറി ഫോണെടുക്കുന്നു. വിവരങ്ങൾ ചോദിക്കുന്നു. എന്തൊക്കെയോ കുറിക്കുന്നു വയ്ക്കുന്നു. പിന്നെയും എടുക്കുന്നു കുറിക്കുന്നു വയ്ക്കുന്നു... ഇടക്കെപ്പോഴോ ഞാനും ഫോൺ എടുക്കും. പത്രത്തിൽ പരസ്യം

കണ്ടിട്ട് വിളിച്ചതാണെന്നു പറയുമ്പോൾ ഞാൻ വിനയത്തോടെ അച്ഛാ... അമ്മേ... ദേ ഫോൺ... എന്ന് പറഞ്ഞ് ഒരു ഇമ്പ്രഷൻ ഉണ്ടാക്കാൻ ശ്രമിച്ചു. ഫോൺ കൈമാറും. ക്രമേണ ബെല്ലടികൾ കുറഞ്ഞു... ബില്ലടക്കണം എന്ന് പറയുന്ന ചേച്ചി മാത്രമായി ഒടുവിൽ വിളിക്കുന്നത്... അങ്ങനെ വിളിച്ച വിളികളിൽ നിന്നും കുറച്ചു പേരുമായി മുഖാമുഖത്തിന് തീരുമാനമായി. ആദ്യമായി പെണ്ണ് കാണാൻ പോവുകയാണ്. നെഞ്ചിടിപ്പുണ്ട്. കൂടെ വരുന്നത് അച്ഛനാണ്. അതിന്റെ ഇടിപ്പ് വേറെയുമുണ്ട്. ഇരട്ടച്ചങ്ക് ആയിരുന്നെങ്കിൽ ആ ചങ്ക് കൂടി ഇടിപ്പിച്ചു ബാലൻസ് ചെയ്യാമായിരുന്നു... എനിക്കെന്തായാലും ഒന്നും സംസാരിക്കേണ്ടി വരില്ല... അച്ഛനെല്ലാം സംസാരിച്ചോളും. പെണ്ണിന്റ വീട്ടിലെത്തി. പെണ്ണ് വന്നു ചായ തന്നു, കടിയും... കല്ല് കടിച്ചപോലെ ആയിപ്പോയി.. ഒന്ന് പാളിനോക്കി. ചായ വച്ചിട്ട് പെണ്ണ് തിരിഞ്ഞുനടന്നു. കൊള്ളാം എന്നെ എടുത്തോണ്ട് നടന്നോളും.

തൃപ്തിയായി... ഒന്നും ചോദിക്കാൻ തോന്നിയില്ല... അച്ഛൻ എന്തൊക്കെയോ സംസാരിക്കുന്നു, എല്ലാവരോടും. ഞാൻ ഊമയാണോന്ന് സംശയിച്ചാവണം കൊച്ചിന്റച്ഛൻ ജോലിസംബന്ധമായ എന്തൊക്കെയോ എന്നോട് ചോദിച്ചു... ഭാഗ്യം... ഒന്നിനും എനിക്ക് ഉത്തരമില്ലായിരുന്നു... ജോലിക്കുള്ള ഇന്റർവ്യൂ പോലും ഇത്ര ടഫ് അല്ലായിരുന്നു. എങ്ങനെയൊക്കെയോ പുറത്തിറങ്ങി.

അച്ഛാ ഞാനീ കുട്ടിയെയാണോ കെട്ടേണ്ട?

വേണ്ട നമുക്ക് വേറെ നോക്കാം.

അച്ഛാ, യൂ ആർ ഗ്രേറ്റ്... മനസ്സിൽ പറഞ്ഞു. അച്ഛാ അപ്പോ അവർക്ക് സങ്കടം ആവില്ലേ...

എന്നാ നീ പോയി കെട്ടടാ... ഒരലർച്ച. ബസ്സാണ്, റോഡാണ്... ആൾക്കാരുണ്ട്... ആരോർക്കാൻ... ഭൂമി ഒന്ന് പിളർന്നിരുന്നെങ്കിൽ...

ഒന്നും സംഭവിച്ചില്ല... കനത്ത നിശബ്ദത വീട് വരെ...

പിന്നെ ഒന്നു രണ്ടു സ്ഥലത്ത് കൂടി പോയി. അച്ഛന് പെണ്ണ് കാണാൻ ഞാൻ കൂടെ പോവുകയാണോ എന്ന് പോലും അറിയാതെ സംശയിച്ചു. എല്ലാം അച്ഛൻ തന്നെ ചോദിക്കും. അവസാനം നിനക്ക് ഒന്നും പറയാനില്ലല്ലോ എന്നൊരു ചോദ്യവും, ഇറക്കവും. അച്ഛന്റെ കമ്പനി ശരിയാവില്ല എന്നൊരു ഉൾവിളി...

വർഷങ്ങൾ ഓടിയും ചാടിയും കളിച്ചും ചിരിച്ചും ഓടടാ ഓട്ടം.

രാഷ്ട്രീയപാർട്ടികളോട് സമദൂരം പാലിക്കുന്ന രണ്ട് പ്രമുഖ ജാതികളുടെ കോമ്പിനേഷൻ വേണ്ടത് കൊണ്ടോ എന്തോ ഒന്നും അങ്ങോട്ട് ശരിയായില്ല..

ചെറുക്കന് പ്രായം മുപ്പത്തി ഒന്ന്.

അതുവരെ പുരനിറഞ്ഞുനിന്ന ഞാൻ പുര കവിഞ്ഞൊഴുകി...

ആരെയെങ്കിലും കെട്ടാൻ കടുത്ത സമ്മർദ്ദം.

നിന്റെ പെണ്ണ് മുമ്പിൽ വരുമ്പോൾ എന്തൊ ഒരു സ്പാർക്ക് നിന്റെ ഉള്ളിലുണ്ടാകും. അപ്പൊ കല്യാണം നടക്കുമെന്ന് പ്രിയ സുഹൃത്ത് ആശ്വസിപ്പിച്ചു... എനിക്ക് ഒരുപാട് തവണ സ്പാർക്കുണ്ടായെന്ന് അവനോട് പറയാൻ തോന്നിയില്ല. കളിയാക്കിയാലോ..

വീണ്ടും മാതൃഭൂമിയിൽ... ഒരു ചെറുക്കൻ പെണ്ണ് തേടുന്നു... വാർത്ത... ലോകം ഞെട്ടി... പലരും മൂക്കത്ത് വിരൽ വച്ചു. മൂക്ക് ഇല്ലാത്തവർ താടിക്ക് കൈകൊടുത്തു.

ഇവൻ ഇതുവരെ കെട്ടിയില്ലേ..

ഇത്തവണ പത്രപ്പരസ്യത്തോടൊപ്പം ജ്യോത്സ്യനെയും കണ്ടു. ജ്യോത്സ്യൻ പറഞ്ഞു - മൂന്നുദിവസം ആഹാരത്തിനു ശേഷം - ക്ഷമിക്കണം മൂന്ന് സ്വയംവരാർച്ചന നടത്തണമെന്ന്. സ്വർണത്താലി മണ്ണാറശാലയിൽ സമർപ്പിക്കണമെന്നും...

നെടിയാണിക്കലമ്മയുടെ നടയിൽ സ്വയംവരാർച്ചന ചെയ്യാൻ തീരുമാനിച്ചു. തീരുമേനിയെ പരിചയമുണ്ട്. രഹസ്യമായി ആരുമറിയാതെ നടത്തി തിരിച്ചുവരാം. നേരെ ദേവിയുടെ നടയിൽ. ദേവീ... ഇതേതോ പ്രായമായ തിരുമേനിയാണല്ലോ... നല്ല തിരക്കും...

എല്ലാം അറിയാവുന്ന ആളുകൾ. രസീത് നടയ്ക്കൽ വച്ചു. തിരുമേനി വന്നു.. ആരാ സ്വയംവരാർച്ചന ചെയ്യാൻ വന്ന രാമനുണ്ണി.

തിരുമേനീ പതുക്കെ...

ശബ്ദം തൊണ്ടയിൽ കുടുങ്ങി...

എല്ലാ കണ്ണുകളും എന്നിലേക്ക്... ഞാനാണോ പ്രതിഷ്ഠ... ഇങ്ങനെയാണോ സ്വയംവരാർച്ചനക്ക് വരുന്നത്... വെറ്റയെവിടെ? പാക്കെവിടെ? കദളിപ്പഴം എവിടെ?

ഇതെല്ലാം ഞാനെടുത്ത പോലെ... എന്റെ പൊന്നണ്ണാ... അല്ല തിരുമേനീ... എല്ലാം ഇപ്പോൾ കൊണ്ടുവരാം, അറിഞ്ഞൂ

ടായിരുന്നു. ആദ്യ അർച്ചന ഗംഭീരമായി..

അങ്ങനിരിക്കെ സന്ധ്യക്ക് ഒരു വിളി. ബാങ്ക് ഉദ്യോഗസ്ഥയാണ് തിരുവല്ല സ്വദേശം. ഒരു ഫോട്ടോ അയച്ചു തരുമോന്ന്... ഒന്നും ആലോചിച്ചില്ല എന്റെ ഫോട്ടോ മിസ്സ് യൂസ് ചെയ്താലോ എന്നു പോലും... കുറിയും തൊട്ടു നിൽക്കുന്ന ഒരു അപ്പാവി ഫോട്ടോ അയച്ചുകൊടുത്തു. അതേസ്പീഡിൽ മറുപടി... താല്പര്യമില്ല.. അവളിത്തിരി മോഡേൺ ആണെന്ന്... പിന്നെ പിന്നെ...

ഞാൻ ചിറികൊട്ടി.

നിരാശ... ദേഷ്യം...

വേറെ ഫോട്ടോ അയച്ചാ മതിയായിരുന്നു...

അപ്പോണ്ടടാ അടുത്ത വിളി... അങ്ങ് തിരോന്തരത്തു നിന്ന്.. ഒരു ഫോട്ടോ അയച്ചു തരുമോന്ന്.. വീട്ടിൽ അമ്മാമക്ക് കാണാനാണെന്ന്. ഉള്ളിലൊരു ചാറ്റൽ മഴ പെയ്തോ? ഉള്ളം കുളിരിട്ട പോലെ... അമ്മൂമ്മമാരോട് എനിക്ക് പണ്ടേ നല്ല ബന്ധമായിരുന്നല്ലോ... ഭക്തകുചേലനായുള്ള പഴയ ഫോട്ടോ തന്നെ അയച്ചു. വരും പോലെ വരട്ടെ. അമ്മാമ്മ വീണു... ചെറുക്കൻ കട്ട ഭക്തൻ. കുറി കണ്ടാലറിയാം. ഇനി ഒന്നും നോക്കണ്ട...

ഞായറാഴ്ച മണ്ണാറശാലയിൽ താലിയും സമർപ്പിച്ച് ചേട്ടനേം കൂട്ടി തലസ്ഥാനത്തേയ്ക്ക്..

വീടെത്തി...

ചെഗുവേരെയെ പോലിരിക്കുന്ന അച്ഛൻ. ലാൽ സലാം.. അച്ഛാ... പക്ഷെ പറഞ്ഞില്ല. മുടിയൊക്കെ ബോബ് ചെയ്ത ചിരിക്കുന്ന മുഖമുള്ള അമ്മ. നല്ല ഐശ്വര്യമുള്ള അമ്മാമ്മ. മുടി ഒന്നും വെട്ടാതെ ഒരു ബുദ്ധിജീവി അനിയൻ! ഒരു സുന്ദരൻ ചേട്ടനും ഒരു സുന്ദരി ചേട്ടത്തിയും. പിന്നെ നമ്മുടെ ഒന്നും റേഞ്ചിലല്ലാത്ത സിവിൽ സർവീസ് ബേബീസിനെ വിരിയിച്ചെടുക്കുന്ന ഒരു വല്യച്ഛനും. ഇത്രേം ആളുണ്ടാരുന്നു... പെണ്ണെവിടെ?

ചേട്ടൻ സംസാരിച്ചു തുടങ്ങി... നിർത്തുന്നില്ല... അച്ഛനാരുന്നു ഭേദം...

അപ്പീ ചായയെങ്ങനെ?... അമ്മാമ്മയാണ്.

ദേവി... കുളിച്ച് അമ്പലത്തിൽ പോയി കുറിയും തൊട്ടു വന്നിരിക്കുന്ന എന്റെ മുഖത്ത് നോക്കിയാണ് അപ്പീ അപ്പീ എന്ന് വിളിക്കുന്നത്...

ഇതാണ് പെൺകുട്ടി. ഞാൻ പതിയെ തലയുയർത്തി. എന്റെ ശ്രീപത്മനാഭാ...

ഇവളെങ്ങനെ എന്നെപ്പോലിരിക്കുന്നു.

അപ്പിയിട്ട ചായ തൊണ്ട വിട്ടിറങ്ങി... നനുത്ത കുളിരോടെ... മഞ്ഞുമൂടിയിരുന്ന എന്റെ പ്രണയാഗ്നിയെ ജ്വലിപ്പിച്ചു കൊണ്ട്... എന്റെ പ്രണയിനിക്കായി... ഇത്രനാൾ തേടിയലഞ്ഞ എന്റെ നല്ല പാതിക്കായ്...

ഇനി ഗൃഹസ്ഥാശ്രമം...

കോണോം

പൊടിമോനെ എല്ലാരും വാഴ്ത്തി... പള്ളിക്കാരും പട്ടക്കാരും ഷാപ്പുകാരും നാട്ടുകാരും എല്ലാം... എല്ലാരുംന്ന് വച്ചാ എല്ലാരും... വാഴ്ത്തോട് വാഴ്ത്ത്. നെലത്തെങ്ങും നിർത്താതൊള്ള വാഴ്ത്ത്..! അങ്ങനെ ആർക്കും വേണ്ടാത്ത ചുക്കിനും ചുണ്ണാമ്പിനും കൊള്ളാത്തവനെന്ന് സ്വന്തം പെമ്പ്രന്നോത്തി പോലും പറഞ്ഞ പൊടിമോൻ ചേട്ടൻ വാഴ്ത്തപ്പെട്ടവനായി !! കർത്താവിശോമിശിഹായ്ക്ക് സ്തുതിയായിരിക്കട്ടെ! ഇപ്പോഴും എപ്പോഴും... അല്ലേ വേണ്ട; പുള്ളീടെ കാര്യം ഒന്നും പറയാമ്പറ്റില്ല... പട്ടാളത്തിന്ന് പിരിഞ്ഞു വന്നേപ്പിന്നെ ഇന്നേവരെ ചെയ്തിട്ടില്ലാത്തപോലെ ത്രേസിചേട്ടത്തി കെട്ടിയോനെ വഴിക്കണ്ണുമായിട്ട് കാത്തിരുന്നു. എല്ലാ സന്ധ്യക്കും മെഴുകുതിരീം കത്തിച്ച് മുട്ടിപ്പായി പ്രാർത്ഥിച്ചോണ്ടിരിക്കുമ്പോ സ്പിരിറ്റില് കുളിച്ച് കേറി വന്ന് തന്റെ മുതുകത്ത് ബായേമുട്ടും ദഹനേമുട്ടും എടത്തേമുട്ടും വലത്തേമുട്ടും കേറ്റിയെറക്കി ചതച്ച് ചമ്മന്തി പരുവമാക്കിയ സ്വന്തം ബോഡീസിന്റെ അവസ്ഥ പോലും ഓർത്തില്ല... കഴിഞ്ഞ പഞ്ചായത്തെലക്ഷന് കന്നി വോട്ട് ചെയ്ത മൂത്ത പുത്രനും വോട്ട് ജസ്റ്റ് മിസ്സായ എളേ പുത്രനും അപ്പന്റെ വരവും കാത്ത് തിണ്ണേത്തന്നിരുന്നു... സാധാരണ ദെവസങ്ങളിൽ പൊടിമോൻ നാലു മൊതൽ ആറുവരെ കാലില് കേറി വന്ന് പെണ്ണുമ്പിള്ളേ കുനിച്ചു നിർത്തി ബാൻഡ് മേളം കൊട്ടുന്നത് കാണാൻ വീട്ടിലെ സകല ലൈറ്റുമണച്ച് കാത്തിരിക്കുന്ന അയലത്തുകാരും പൊടിമോന്റെ തിണ്ണേത്തന്നിരുന്നു. ഇടയ്ക്കെപ്പഴോ പോയി ചേട്ടത്തി എല്ലാവർക്കും ഓരോ കട്ടൻ ഇട്ടോണ്ട് കൊടുത്തു. പഞ്ചാര ഇച്ചിരികൊറവായിരുന്നേലും തൊണ്ട നനയ്ക്കാൻ നുള്ള് വെള്ളം കിട്ടിയ ആശ്വാസത്തോടെ കിട്ടിയ കട്ടൻ എല്ലാരും മടമടാന്ന് കുടിച്ചു... തൊണ്ട നനഞ്ഞ കുളിരിൽ തദേവൂസച്ചായൻ നിർത്തിയിടത്തൂന്ന് തന്നെ തൊടർന്നു...

സത്യം പറഞ്ഞാ കേട്ടപ്പോ ഞാനും ആദ്യം വിശ്വസിച്ചില്ലെ

ന്നേ... പൊടിമോൻ ഇങ്ങനൊരു കാര്യം ചെയ്യുവെന്ന് സ്വപ്നത്തി പോലും വിചാരിച്ചില്ല... ഫയർഫോഴ്സുകാരും പോലീസുകാരും പൊടിമോനെ നെലത്ത് വച്ചില്ലെന്നാ കേട്ടേ. അവര് പറഞ്ഞതെന്താന്ന് വച്ചാ, ഇതിപ്പോ നേവിക്കാര് വന്നാപ്പോലും ചെയ്യാമ്പറ്റാത്ത കാര്യവാ അങ്ങേര് ചെയ്തേന്നാ... വെള്ളമടിച്ച് വഴീ കെക്കുമ്പോ പട്ടി വന്ന് പെടുത്താപോലും അറിയാത്ത മനുഷ്യനാ!!! അങ്ങേരാ ഇത് ചെയ്തതെന്നോർക്കുമ്പോഴാ ഒരതിശയം!!! ഇതിപ്പോ പൊടിമോൻ കാരണം നമ്മടെ നാട് പൊറംലോകമൊക്കെ ഒന്ന് അറിഞ്ഞില്ലിയോ?? ആരാണ്ട് ടിവിക്കാരൊക്കെ വന്നാരുന്നൂന്നാ കേട്ടെ... പ്രസിഡന്റിന്റെ ഫോണിവിളിച്ച് മന്ത്രിമാരാരാണ്ട് പൊടിമോനെ വാഴ്ത്തീന്നാ കേട്ടേ... ആണോ അച്ചായാ? കാര്യം എന്തൊക്കെയായാലും എത്ര വെള്ളം കുടിച്ചാലും നാട്ടുകാരോട് ആരോടും ഒരനാവശ്യോം ഇന്നേവരെ പറഞ്ഞുകേട്ടിട്ടില്ല... അല്ല. ഒന്നുവില്ലേലും അങ്ങേര് പട്ടാളത്തിലല്ലായിരുന്നോ??.. ഏത്? അതിന്റെയൊരു കൊണം കാണിക്കാതിരിക്കുമോ?...

ബേബിച്ചന്റെ പെള്ളുമ്പള്ള കണ്ണുതിരുമ്മി കെട്ടിയോനെ ഒന്നൂടൊന്ന് നോക്കി... പറഞ്ഞത് അങ്ങേര് തന്നാണോന്ന് ഒന്ന് ഒറപ്പിക്കാൻ!!!! പൊടിമോന്റെ വായീന്ന് കഴിഞ്ഞാഴ്ച കേട്ട തെറീടെ ബാക്കി ചെവീല് കെടന്നത് ഇഎന്റീടെ അടുത്തു പോയാ കുത്തിക്കളഞ്ഞത്!!!!! പെണ്ണുമ്പുള്ള ഉള്ളിൽ ചിരിച്ചു... ചിരിച്ചകൂട്ടത്തി ഒരു തുള്ളി തേൻ അറിയാതെ ചുണ്ടിൽ നിന്ന് ഇറ്റു... താഴെ വീണ തേൻ ശേഖരിക്കാൻ കിഴക്കുംതല പഞ്ചായത്തിൽ ട്വന്റി ട്വന്റി കളിച്ചോണ്ടിരുന്ന കോർപ്പറേറ്റ് ഉറുമ്പുകൾ കയ്യിൽ കിട്ടിയ പാത്രവുമായി ഊബറും ഓലേം പിടിച്ച് പാഞ്ഞു വന്നു!!!!!

ചേട്ടത്തിയേ; ആരാണ്ടൊക്കെ ഇങ്ങോട്ട് വരുന്നൊണ്ടല്ലോ... മെമ്പറും ഒണ്ടല്ലോ കൂടെ... ചേട്ടത്തിയേ... ഒന്നിങ്ങോട്ടൊന്നെറങ്ങിയേ. വെറുതെ കതകിന്റെ മറേ നിക്കാതെ... ഇതാരാന്ന് മനസ്സിലായോ? നമ്മടെ പാർട്ടീടെ ജില്ലാ സെക്രട്ടറിയാ!!!! ചേട്ടത്തി കാര്യൊക്കെ അറിഞ്ഞുകാണുവല്ലോ? ഞങ്ങളേതായാലും പൊടിമോൻ ചേട്ടനെ ഒന്നാദരിക്കാൻ തീരുമാനിച്ചു... മിനിസ്റ്റർ വരാംന്ന് ഏറ്റിട്ടൊണ്ട്... പുള്ളിക്ക് നാളെ ഇവിടടുത്ത് ഒരുപരിപാടിയൊണ്ട്... ഒരു ആറ് മണിയോടെ മിനിസ്റ്റർ എത്തുമെന്നാ പ്രതീക്ഷിക്കുന്നേ... അച്ചായനിങ്ങെത്തീല്ലേ? ഞങ്ങളൊന്ന് നേരിട്ട് പരിപാടിക്ക് ക്ഷണിക്കാനൂടെ വന്നതാ... അച്ചായൻ ഇനീം ലേ

റ്റാവുവോ? എങ്കിപ്പിന്നേ പറഞ്ഞേച്ചാ മതി. സാറിന് പോവാനി ച്ചിരി തെരക്കൊണ്ടാരുന്നു... ഞാൻ രാത്രിലൊന്ന് വിളിച്ചേക്കാം... അപ്പ ശരി... നാളെ വൈകിട്ട് അഞ്ചു മണി...

ചേട്ടത്തി തലയാട്ടി... അല്ല ആട്ടിയപോലെ മെമ്പർക്ക് മങ്ങിയ വെളിച്ചത്തിൽ തോന്നി. സത്യത്തി ചേട്ടത്തിക്ക് തലകറങ്ങി... കാലത്തെണീറ്റപടി ഒരു നിപ്പനടിച്ച തലയിൽ ടോർച്ച് വച്ചു കെട്ടി ഒരു പത്തെഴുനൂറ് റബ്ബറൊള്ളത് ടാപ്പ് ചെയ്യാൻ പോകുന്ന ആള് പിന്നടി തൊടങ്ങുന്നത് വൈകിട്ട് അഞ്ചുമണിക്കാ!!! ആ സമയത്താണ് സ്വീകരണോം ആദരിക്കലും... ആ നേരത്ത് കുടി തുടങ്ങിയില്ലേ അങ്ങേരെ പിന്നെ പിടിച്ചാകിട്ടത്തില്ല... ചേട്ടത്തിയേ, ഇതെന്താലോചനയാ? ഞങ്ങളങ്ങോട്ട് എറങ്ങുവാന്നേ... ഇന്നിനി കറണ്ടിന്റെ കാര്യം നോക്കണ്ടന്നാ തോന്നുന്നേ...

വയറുകൾ കാളിത്തൊടങ്ങിയ അയലോക്കക്കാര് പതിയെ പതിയെ വീടുകളിലേക്ക് വലിഞ്ഞു...

കണ്ണിലെണ്ണയൊഴിച്ച് കാത്തിരുന്നു ചേട്ടത്തിയുടെ കണ്ണ് ലെ എണ്ണ വറ്റി... ചേട്ടത്തി ഇരുന്നടത്ത് തന്നെ ഇരുന്നോറങ്ങി... എടയ്ക്കെപ്പോഴോ കേറി വന്ന പൊടിമോൻ ഇരുന്നൊറങ്ങിയ പെണ്ണുമ്പിള്ളേ ചുമ്മാ തൊഴിച്ചു... അത് വരെ ഇരുന്നോറങ്ങിയ ചേട്ടത്തി തെറിച്ച് വീണ് കെടന്നൊറങ്ങി...

കോഴി കാലത്ത് പതിവിലും അലമ്പായിട്ട് കൂവി., ചേട്ടത്തി ചാടിയെണീറ്റ് കെട്ടിയോന് കട്ടൻ വച്ചു... കട്ടൻ മോന്തുന്നേനെടെ കാര്യം പറഞ്ഞു... അഞ്ചുമണിക്കല്ലേ നോക്കട്ടെ... ഒരു ദീർഘനിശ്വാസം വന്നു!!! അതിന്റെ കാറ്റിൽ കത്തിച്ച് വച്ചിരുന്ന മെഴുകുതിരി അണഞ്ഞു!!!

അഞ്ചുമണിക്ക് തൊടങ്ങാമെന്നേറ്റ ചടങ്ങ് ഒരഞ്ചര അഞ്ചേ മുക്കാലിന് തൊടങ്ങി. വന്നവർ വന്നവർ പൊടി മോനെ വാഴ്ത്തിപ്പാടി!!!! വാഴ്ത്തലുകൾ എവിടെ നിന്നെന്നറിയാൻ അങ്ങ് റോമിൽ മാർപ്പാപ്പ കട്ടറെടുത്ത് കാത് കൂർപ്പിച്ചു... ഓരോ വാഴ്ത്തലുകൾക്കുമിപ്പുറം പൊടി മോന്റെ അവയവങ്ങൾ ഓരോന്നായി വെറച്ചു... ശരീരം എന്തിനോ ശക്തമായി യാചിക്കുന്നു... ജപമാലയിൽ ചേട്ടത്തി ഇറുക്കിപ്പിടിച്ചു... പ്രാർത്ഥിച്ചു...

പൈന്റ് കുപ്പിക്കായി പൊടിമോൻ സ്വന്തം അരയിൽ പരതി... ഇല്ല ഒന്നുമില്ല... അപ്രോം ഇപ്രോം ഇരുന്നവരുടെ അരയിലും ആ കൈകൾനീണ്ടു... അവർക്ക് ഇക്കിളിയായി... പൊടിമോൻ പിന്നേം വെറച്ചു.. ആ വേറെവലിൽ അപ്രോം ഇപ്രോം ഇരുന്ന

പാർട്ടി സെക്രട്ടറിയും പഞ്ചായത്ത് പ്രസിഡന്റും സ്റ്റേജിന് പൊറത്തേയ്ക്കു പറന്നു... സ്റ്റേജിൽ നടക്കുന്നതറിയാതെ മന്ത്രി നാക്കു ചുഴറ്റി എറിഞ്ഞു... മുഖത്തു തെറിച്ചുവീണ തുപ്പൽ തുടയ്ക്കാൻ മന്ത്രിയുടെ തോളത്തെ ഷോൾ മൈക്ക് കൈ നീട്ടി വലിച്ചെടുത്തു... പൊടിമോന്റെ കൈകൾ മന്ത്രിയുടെ മടിശ്ശില യിലേക്ക് നീണ്ടു... മടിശ്ശീല അഴിഞ്ഞു... മന്ത്രി നിന്ന മണ്ഡലം ആദ്യമായ് ഒരു വട്ടം കറങ്ങി. ഉടുമുണ്ട് അരയാലിൻ കൊമ്പിലേയ്ക്ക് പറന്നു... അവിശ്വാസിയുടെ അരയിൽ ജപിച്ചു കെട്ടിയ ഗണ്ട ചുവന്ന ചരടിൽ തൂങ്ങിയാടി... ഗണ്ട മറയ്ക്കണോ നാണം മറയ്ക്കണോ എന്നറിയാതെ മന്ത്രി അരയാലിൻ കൊമ്പിൽ തൂങ്ങിയാടുന്ന മുണ്ടിനെ നോക്കി കൃഷ്ണ കൃഷ്ണ വിളിച്ചു... പെണ്ണുങ്ങൾ നാണിച്ച് കൈകൾ കൊണ്ട് മുഖംപൊത്തി... കൈ വിരലുകളുടെ ഗ്യാപ്പിലൂടെ പക്ഷെ കണ്ണുകൾ എല്ലാം ഒപ്പിയെടുത്തു! മന്ത്രിയുടെ അരയിൽ തൂങ്ങിയാടിയത് ഗണ്ടയോ അതോ ഉണ്ടയോ എന്ന് തീരുമാനിക്കാൻ എട്ടുമണിദൂഷണക്കാർ ചാനലുകളിൽ വിരിവച്ചു... വീശി മറിക്കും എന്ന് പറഞ്ഞ കൊടുങ്കാറ്റ് ഒന്നിമമ്പി വീശി!!! ബാക്കിവന്ന കൊടുങ്കാറ്റ് ന്യൂനമർദ്ദമാവാൻ സഹ്യന്റപ്രത്ത് പോയൊളിച്ചു!!!!! കൊടുങ്കാറ്റിൽ ആനകൾ പിന്നേം പാറി.. വാ പൊളിച്ചിരിക്കുന്ന ആളുകൾക്കെടേക്കൂടി പൊടിമോൻ സ്റ്റേജിൽ നിന്നിറങ്ങിയോടി... തന്റെ പാറിപ്പോയ കോണോം തേടി...

സെഷൻ 302 Alias

സാറെ മറ്റേ അവനില്ലേ... നമ്മുടെ പോക്കറ്റടി ജേക്കബ്... ആര്? ജഡ്ജി ജേക്കബോ? ങ്ഠാ... അത് തന്നെ.. അവൻ തീർന്നു... എങ്ങനെ?... ബസിന്റെ ഡോറീന്ന് വീണെന്നാ കേട്ടേ വീണത് വല്യ കാര്യവായിട്ടൊന്നുവല്ല... പക്ഷെ, മടിയില് കുത്തി വച്ചിരുന്ന പൈന്റിന്റെ കുപ്പി പൊട്ടി പള്ളേ കേറി... തന്നേ??

ഡേയ് നെനക്ക് അവനാ പേരെങ്ങനാ കിട്ടിയേന്നറിയാവോ?

ഒരിക്കെ നമ്മടെ ശങ്കരനാരായണൻ ജഡ്ജി അവനൊരു ഇരുപത്തെട്ട് ദെവസം വിധിച്ചു... അവനൊടനെ അങ്ങേരോട് പറയുവാ, എന്റെ പൊന്നുസാറെ എനിക്ക് ഒരു മൂന്ന് ദെവസം കൂടി തരണേന്ന്... അല്ലേ തിരുവോണത്തിന് ഞാൻ പട്ടിണിയാകു വേന്ന്... ജഡ്ജി എണീറ്റ് നിന്ന് അവനെ തൊഴുതെന്നാ കേട്ടേ!!! കാരണവൊണ്ട്.. ഈ എടയ്ക്കൊള്ള അവധീം ശനീം ഞായറു മൊക്കെ കണക്കാക്കി റിലീസിംഗ് ഡേറ്റ് കണക്കാക്കാൻ നമ്മള് തന്നെ എത്ര സമയം എടുക്കും.. അവനത് ഒറ്റ മിനിറ്റിൽ കണ്ട് പിടിച്ചില്ലേ!!!

എന്നിട്ട് ജഡ്ജി തടവ് നീട്ടിയോ...

എവിടെ... പക്ഷെ അവൻ മിടുക്കൻ. അവൻ പൊറത്തി റങ്ങിയിട്ട് ആരെടെയോ പോക്കറ്റടിച്ച് തിരുവോണത്തിന്റെ തലേന്ന് തന്നെ അകത്തു കേറി!!!. ഹല്ല പിന്നെ... ങ്ഠാ പോട്ട്... ഒരുത്തൻ തീർന്നാ അത്രേമായി...

താനടുത്താളിനെ വിളി

സന്ദീപ്...

ഇങ്ങോട്ട് മാറി നിക്കടാ... എന്താടോ കേസ്...?

ഒരു പതിഞ്ഞഞ്ചു പതിനാറടുത്ത് പ്രായം തോന്നും... ചോര തൊട്ടെടുക്കാം മുഖത്തൂന്ന്.. മീശ മൊളച്ചു തൊടങ്ങീട്ടേയൊ ള്ളൂ... ഒരു കൂസലുമില്ല മുഖത്ത്.

നേരെ നോക്കടാ... ഇങ്ങോട്ട് മാറി നിക്കടാ... ആരെ കെട്ടി ക്കാനാടാ പാന്റും ഉടുപ്പുമൊക്കെ ഇട്ടോണ്ട് എറങ്ങിയേ... ഉടു

പ്പൂരെടാ... പാൻസും... ഇനി ഇതഴിക്കാൻ നിന്നോട് പ്രത്യേകം പറയണോടാ...

കുനിഞ്ഞു നിക്കടാ...

ഇവനെയൊക്കെ നന്നായിട്ട് നോക്കീട്ട് അകത്തോട്ട് കേറ്റിയാ മതി... എന്തൊക്കെ എവിടെയൊക്കെ വച്ചോണ്ട് വരുവെന്ന് പറയാൻ പറ്റില്ല...

ഒന്നുവില്ല സാറേ...

ഇവനെ 66 ലോട്ട് വിടട്ടെ...

ഏത് ആറാമത്തെ ബ്ലോക്കിലോ???

ങ്ങാ... 666 ലോട്ട്...

താനവനെ അങ്ങോട്ടൊന്ന് മാറ്റി നിർത്തിയേ...

അടുത്താളിനെ വിളിക്കാൻ വരട്ടെ...

ഡേയ് നെനക്ക് എത്ര വയസ്സായെടെ?

പതിനെട്ട്...

...എന്ന് പറയാൻ ആരാ പറഞ്ഞേ?...

എന്നെ പിടിച്ച പോലീസുകാര്...

ശരിക്കും നെനക്ക് എത്രയായി?

പതിനാറ്..

നെന്റെ സ്ഥലമെവിടാ..

ഈഞ്ചക്കൽ

ആരേലും ചതിച്ചതൊ മറ്റോ ആണോടാ?...

രാജീവേ താനിങ്ങ് വന്നേ... ഇവനെ ഇപ്പം അറുപത്താറി ലോട്ട് വിട്ടാലെ അവന്മാര് എന്തൊക്കെ കാണിച്ചു കൂട്ടുമെന്ന് പറയാമ്പറ്റില്ല... ആറേഴ് വർഷമായിട്ട് പരോളിന് പോലും പോ കാത്തവന്മാരാ...

രാവിലെ നോക്കിയാ വല്ല എല്ലും തോലുമൊക്കേ കിട്ടൂ...

താനാ ഗണേശിനെ വിളിച്ച് ഇവനേം കൂട്ടി ഡെന്റൽ കോളേജി പോയി ഇവന്റെ പ്രായം ഒന്ന് സർട്ടിഫൈ ചെയ്യണം. പിന്നെ നമ്മടെ സോമൻപിള്ളേടെ പെണുമ്പിള്ളേടെ വീട് ഈഞ്ചക്കൽ ഭാഗത്തെവിടോ അല്ലേ?... ഇവന്റെ അച്ഛന്റെയോ മറ്റോ നമ്പർ സംഘടിപ്പിച്ച് ചെക്കനെ ജാമ്യത്തിലെടുക്കാൻ പറ... അപ്പഴത്തേക്ക് ഇവനെ ഇവിടുന്ന് മാറ്റാൻ വല്ല വകുപ്പുമുണ്ടോ ന്ന് ഞാനൊന്ന് നോക്കട്ടെ...

അതൊക്കെ വേണോ സാറേ...? വല്ല്യ മെനക്കേടാ...

എടോ, തന്റനിയന്റെ പ്രായമല്ലേ ഒള്ളിവന്...

അവനാണ് ഇങ്ങനെ വന്നെങ്കി താനിങ്ങനെ പറയുവോ... ഇല്ല... അതാ ഞാമ്പറഞ്ഞെ...

എടാ ഒരിക്കെ ഇതിനകത്തായാ പിന്നെ വല്ല്യ പാടാടൊ...

സോമൻപിള്ള വന്നല്ലോ...

പിള്ളേ ഈ പയ്യനെ അറിയാവോ...

നീയാ വേണു സാറിന്റെ മോനല്ലേടാ... നീയവസാനം ഇവ ടത്തന്നെ എത്തി അല്ലേ? സാറേ ഈ കേസൊന്നും എടുത്തു തലേ വെക്കണ്ട...

അവിടുത്തെ സ്റ്റേഷനാപ്പീസറ് വിളിച്ചിട്ട് ഞാൻ തന്നെ ഒന്ന് രണ്ട് തവണ പോയി ഇവന്റെ കേസുകള് പറഞ്ഞ് ഒതുക്കീട്ടൊ ണ്ട്... ഒരു കാര്യോം ഒണ്ടായില്ല!!!! ഇവനൊന്നും നന്നാവില്ലെ ന്നെ... വീട്ടുകാര് തഴഞ്ഞ കേസാ... അവന്റെച്ഛൻ സെക്രട്ടറിയേ റ്റിൽ ഏതാണ്ട് വലിയ പോസ്റ്റീന്ന് കഴിഞ്ഞകൊല്ലമാ പിരിഞ്ഞെ... അമ്മ ഇപ്പോഴും സർവീസിലുണ്ടല്ലേടാ?... ഒരു പെങ്ങളൊ മറ്റോ ഒള്ളത് വിദേശത്ത് പഠിക്കാനുള്ള സ്കോളർഷിപ്പ് കിട്ടിയതാ... ഇവൻ മാത്രമേ ആ വീട്ടില് ഇങ്ങനോള്ള്!!!!! നല്ല വീട്ടില് നായും പെറക്കുമെന്ന് സാറ് കേട്ടിട്ടില്ലേ???... ഇവന്റെ കാര്യോം പറഞ്ഞ് അങ്ങോട്ട് ചെന്നാ അവര് ചൂലും കൊണ്ടാട്ടും...

അവന്റെയൊരു നിപ്പും നോട്ടോം കണ്ടില്ലേ...?

ഇവന്റെ കയ്യിലില്ലാത്ത പണിയില്ല സാറേ...

കള്ളും കഞ്ചാവും എല്ലാം ഒണ്ടെന്നാ കേട്ടേ... എന്തിനാടാ ഇപ്പോ അകത്തായേ...? അവന്റെ ആ ഉടുപ്പിന്റെ കൈയൊന്ന് പൊക്കി നോക്കിയേ... സൂചിടെ പാട് കാണണെ!!!!!... ഇവനെ ത്ര കൊല്ലം അകത്ത് കെടന്നാലും ജാമ്യത്തിലെടുക്കാൻ പോലും ആരും വരാൻ പോണില്ല!!!!!

സാറെ ആ സ്പിരിറ്റ് വിക്രമന്റെ ഭാര്യ ലീല പുറത്ത് നിപ്പോ ണ്ട്. അവളെ കാണാൻ കേറ്റി വിടട്ടേ?

ഇതാരാ സാറേ ഒരു സോപ്പൂട്ടൻ? സാറിന്റെ മോനാ?

നീ വന്ന കാര്യം നടത്തീട്ട് പോടീ പുല്ലേ.. നിന്ന് ശൃംഗരി ക്കാതെ... ലീല ചെക്കനെ ഒന്നുഴിഞ്ഞു...

നെനക്ക് ജാമ്യമെടുക്കാൻ ആരും വന്നില്ലേടാ ചെക്കാ...

അവൻ തോള് കുലുക്കി.. ഞാനേർപ്പാടാക്കട്ടെ... എന്റെ വീട്ടി ലോട്ട് പോരെ... ലീലയ്ക്ക് പിള്ളേരെ വല്ല്യ ഇഷ്ടവാ... വക്കീലിനെ ഇന്ന് തന്നെ കണ്ട് എല്ലാം ശരിയാക്കാം... നീ പേടിക്കേണ്ട.. രണ്ട് ദെവസത്തിനകം ചേച്ചി വണ്ടീമായിട്ട് വരാം... മോനിപ്പോ ചെല്ല്...

സാറമ്മാര് പറയണ കേട്ട് നല്ലകുട്ടിയായിട്ട് നിക്ക്...

ചെക്കന്റെ കണ്ണുകൾ തിളങ്ങി.

മുഖത്ത് ചോര എരച്ച് കേറി...

അവക്ക് വരാൻ കണ്ട നേരം... ഇനി പറഞ്ഞിട്ട് കാര്യമില്ല. രാജീവേ അവനെ 666 ത്തന്നെ കൊണ്ട് തള്ള്... ഇവനെയൊക്കെ എവിടെ കൊണ്ടൊളിപ്പിച്ചാലും എത്തേണ്ടിടത്തേ എത്തൂ..!!!

ആഹാ... നമ്മളിനി ഒരു മുറിയിലാണല്ലോ മുത്തേ...

വിക്രമന് ഒന്ന് കുളിരിട്ടു... പോലീസുകാരുടെ കൂടെ അനുസരണയോടെ നടന്നുനീങ്ങുന്ന ചെക്കനെ അയാൾ ഇമവെട്ടാതെ നോക്കി നിന്നു... ഇരുമ്പഴികളുടെ വിടവിലൂടെ അയാൾ ലീലയുടെ വിരലുകളിൽ പതിവിലും മൃദുവായ് സ്പർശിച്ചു...

ജയിലിന്റെ ഇരുപതടി മതിൽക്കെട്ടിന് പുറത്തെ കാട്ടിൽ കൂട്ടം തെറ്റി വന്ന മുയൽക്കുഞ്ഞിനെ താലോലിക്കാൻ ചെന്നായ്ക്കൾ ഊഴം കാത്ത് അക്ഷമരായിമുരണ്ടു...

വെയ്ൽ*

എന്റെ പ്രിയപ്പെട്ട സിസ്റ്റർക്ക്,

ഇങ്ങനെ എഴുതുന്നത് ശരിയാണോ എന്നെനിക്കറിയില്ല. പ്രിയപ്പെട്ട സിസ്റ്റർക്ക്.... എന്ന് തുടങ്ങണമെന്നാണ് കരുതിയത്... എന്തോ.. സിസ്റ്ററോട് എന്ത് പറയാൻ ആഗ്രഹിച്ചാലും വാക്കുകൾ കൂടിച്ചേരാത്തത് പോലെ... നേരിൽ മാത്രമേ അതുണ്ടാവൂ എന്നാണ് കരുതിയത്..... അല്ല.. എഴുതുമ്പോഴും ഇടറുന്നത് ഞാനറിയുന്നു....

സിസ്റ്ററിനറിയുമോ?.. ഈ ഈസ്റ്റർ പോലെ മറ്റൊന്നിനും ഞാനിതുപോലെ കാത്തിട്ടില്ല... നോമ്പ്നോറ്റിട്ടില്ല... നിമിഷങ്ങളെണ്ണിതീർത്തിട്ടില്ല.... പോകാത്ത സമയത്തെ ശപിച്ചിട്ടില്ല....

ഓർക്കുന്നുണ്ടോ?. സണ്ണിക്കുട്ടിയെ കുർബാനയ്ക്ക് വിടാൻ പള്ളിമേടയിലെത്തിയ ഞാൻ പടവുകളിറങ്ങിവന്ന സിസ്റ്ററെ ഇമചിമ്മാതെ നോക്കിനിന്നത്.. എന്നെ കണ്ണുരുട്ടി കാണിച്ച്... ഒന്ന് മന്ദഹസ്സിച്ച് സിസ്റ്റർ എന്നെ കടന്ന് പോയത്... പടവുകളിറങ്ങി ച്ചെന്ന് സിസ്റ്റർ ഒരുവട്ടം എന്നെ തിരിഞ്ഞ് നോക്കിയത്.,..

പിന്നെ ഞായറാഴ്ച്ചകൾക്കായുള്ള കാത്തിരുപ്പായിരുന്നു... എല്ലാഞായറാഴ്ചകളും പുലരുംമുമ്പേ പോയി സണ്ണിക്കുട്ടിയെ വിളിച്ചുണർത്തി പള്ളിയിലേയ്ക്കുള്ള യാത്രകൾ.... തഴുകി കടന്ന്പോകുന്ന കാറ്റിന്റെ കുളിരും സുഗന്ധവും.... എല്ലാം... എല്ലാം.. സുന്ദരമായിരുന്നു... അന്ന് വരെ അറിഞ്ഞതിലും അനുഭവിച്ചതിലും മനോഹരമായിരുന്നു... എന്തെന്നാൽ.. ഈ യാത്രകൾ പടവുകളിറങ്ങിവരുന്ന എന്റെ മാലാഖയെകാണാനുള്ള യാത്രകളായിരുന്നല്ലോ....

സിസ്റ്റർക്കറിയുമോ... കുർബാന കഴിയും വരെ കാക്കാൻ കഴിയാതെ എത്ര ദിവസം ഞാൻ പള്ളിയിലേക്ക് കയറിവന്നുവെന്ന്.... നീ പാടുന്നത് കാണാൻ.... നിന്റെ പാട്ടുകൾ കേൾക്കാൻ...

---

* കന്യാസ്ത്രീകളുടെ ശിരോവസ്ത്രം

നിന്റെ ചുണ്ടിൽനിന്നും അടർന്നു വീഴുന്ന പാട്ടുകൾ എന്നോടുള്ള സ്നേഹമായിരുന്നില്ലേ... പ്രണയമായിരുന്നില്ലേ... പരിഭവങ്ങളായിരുന്നില്ലേ...

വെയ്‌ലിനുള്ളിൽ അമരാൻ മടിച്ച് നിന്റെ നെറ്റിത്തടങ്ങൾ തഴുകിക്കളിക്കുന്ന കുറുനിരകൾക്ക് ആരാണ് ഇത്രയും ചന്തം തന്നത്.. എങ്കിലും ആ കണ്ണുകൾ ഈയിടെയായി എന്തിനേയോ ഭയക്കുംപോലെ... പുതിയ പുരോഹിതന്റെ കണ്ണുകൾ സിസ്റ്ററുടെ തിരുവസ്ത്രങ്ങളെയും നാണിപ്പിച്ച് ചൂഴ്ന്നിറങ്ങുന്നത് ഞാൻ മാത്രമാണോ കണ്ടത്... അതോ എന്റെമാത്രം എന്ന് ഞാൻ കരുതുന്നതിനോടുള്ള കരുതൽ കൊണ്ട് അങ്ങിനെ തോന്നിയതാവുമോ..... ആവോ അറിയില്ല... തുടർന്നുള്ള കുർബാനകളിൽ സിസ്റ്റർ അയാളിൽനിന്നും കൂടുതൽ അകലത്തുനിൽക്കാൻ ശ്രമിക്കുന്നത് ഞാൻ കാണുന്നുണ്ടായിരുന്നു.. പടവുകൾ ഇറങ്ങി വരുമ്പോഴുള്ള മന്ദഹാസത്തിന് ഒരു കണ്ണുനീർനനവ് എന്റെ തോന്നലായിരുന്നുവോ?

നാളെ എനിക്ക് തിരിച്ചുപോവേണ്ടതാണ്. ഇതുവരെ ഒന്നും സംസാരിച്ചുകൂടിയില്ല.. എങ്കിലും ഒരായിരം ജന്മം പറയാനുള്ളത് ഞാൻ പറയാതെ പറഞ്ഞപോലെ... പതിവില്ലാതെ ഒരു വീർപ്പുമുട്ടൽ ഈ മടങ്ങിപ്പോക്കിന്.

ഒന്ന് ചെന്ന് മിണ്ടിയാലോ? എന്ത്പറയും?.. ലീവ് കഴിഞ്ഞു.. നാളെ പോവുകയാണ്. തിരികെ വരുമ്പോൾ എന്താണ് കൊണ്ടുവരേണ്ടതെന്ന് ആ കൈകൾ ചേർത്തുപിടിച്ചു ചോദിച്ചാലോ?.. തുളുമ്പാൻ തുടങ്ങുന്ന ആ കണ്ണുകളിൽ ഒന്നമർത്തി ചുംബിച്ചാലോ?.. ഏങ്ങലുകൾ പുറത്തുകേൾക്കാതെ അവളുടെ മുഖം എന്റെ നെഞ്ചിൽ അമർത്തിയാലോ?... കരഞ്ഞുതളരുമ്പോൾ ഇല്ല ഞാനിനി എവിടെയും പോകുന്നില്ല എന്ന് പറഞ്ഞു ഒന്നുകൂടി ചേർത്ത് പിടിച്ചാലോ.?.. നെറുകിൽനിന്നും വെയ്‌ൽ തഴുകി മാറ്റി ഒരു നുള്ള് സിന്ദൂരം ചാർത്തിയാലോ?...

വേണ്ട.. ഒരപരിചിതനോടെന്നപോലെ അവൾ നിർവികാരമായി പ്രതികരിച്ചാലോ?.. ഇല്ല.. അതെനിക്ക് താങ്ങാനാവില്ല..

ഇനിയുള്ള വരവിനായ് ഞാൻ കാത്തിരിക്കാം.. നിമിഷങ്ങൾ യുഗങ്ങളായേ പോകൂ എന്നറിയാഞ്ഞല്ല.. ഒന്നിനും വേണ്ടിയല്ലാത്ത ആ കാത്തിരിപ്പില്ലേ.. അതിന്റെ നോവും സുഖവും ഞാനറിയുന്നു.... പള്ളിമേടയിലെ ജനാലകൾ പകുതി തുറന്ന് എന്റെ മടങ്ങിവരവിനായി കണ്ണുചിമ്മാതെ നീ കാത്തിരിക്കില്ലേ?... നിന്നെ

ഞാൻ അത്രമേൽ ഭ്രാന്തമായ് പ്രണയിക്കുന്നു സിസ്റ്റർ... തിരുവസ്ത്രങ്ങളണിഞ്ഞ് പടവുകൾ ഓടിയിറങ്ങിവന്ന് എന്നെനോക്കി കുസൃതിച്ചിരിപൊഴിച്ച് എന്റെ മണവാട്ടിയാകാൻ നീ എന്നോട് ചേർന്നുനിൽക്കുന്നത് ഞാൻ കിനാവുകാണുന്നു... ഒരു നിമിഷമെങ്കിലും ദൈവപുത്രനായെങ്കിൽ എന്ന് ഞാൻ വല്ലാതെ മോഹിക്കുന്നു..... എനിക്ക് നിന്റെ ചുംബനങ്ങൾ വേണ്ട... നിന്റെ ശരീരവും വേണ്ട.... എന്നിലലിയാൻ നിന്നാത്മാവ്പോലും വേണ്ടതില്ല... നിന്റെ കണ്ണിലൂറുന്ന പ്രണയംമാത്രം മതി എനിക്കീജന്മവും വരും ജന്മങ്ങളും... ലവ് യു സിസ്റ്റർ... ലവ് യൂ...

സ്നേഹിച്ച് സ്നേഹിച്ച് സ്വന്തം...

www.ingramcontent.com/pod-product-compliance
Lightning Source LLC
LaVergne TN
LVHW090425051026
849518LV00006B/2444
* 9 7 8 8 1 1 9 7 7 0 6 0 1 *